Vietnam

phrase book & dictionary

Contacting the Editors
Every effort has been made to provide accurate information in this publication, but changes are inevitable. The publisher cannot be responsible for any resulting loss, inconvenience or injury. We would appreciate it if readers would call our attention to any errors or outdated information. We also welcome your suggestions; if you come across a relevant expression not in our phrase book, please contact us at: **comments@berlitzpublishing.com**

All Rights Reserved
© 2019 Apa Digital (CH) AG and Apa Publications (UK) Ltd.
Berlitz Trademark Reg. U.S. Patent Office and other countries. Marca Registrada. Used under license from Berlitz Investment Corporation.

Printed in China

Editor: Zara Sekhavati
Translation: updated by Wordbank
Cover Design: Rebeka Davies
Interior Design: Beverley Speight
Picture Researcher: Beverley Speight
Cover Photos: All images Shutterstock
Interior Photos: APA Peter Suckings p.1, 14, 18, 19, 22, 24, 28, 31, 32, 34, 37, 56, 59, 60, 63, 64, 66, 70, 74, 75, 77, 78, 79, 80, 89, 91, 92, 94, 97, 98, 99, 100, 106, 107, 108, 109, 111, 112, 113, 116, 118, 120, 124, 125, 128, 129, 130, 131, 132, 134, 136, 141, 143; istock images p.16, 39, 41, 46, 48, 53, 61, 68, 69, 72, 73, 76, 81, 84, 114, 115, 117, 123, 135, 138, 139, 142, 145, 146, 148, 151, 152, 153, 154, 155, 156, 157, 158, 159; APA Mina Patria p26; APA Britta Jaschinski p42, 81; APA Bev Speight p50; APA Corrie Wingate p62, 71; APA Tim Thompson p85; APA Nikt Wong p86; APA Chris Stowles p87, 122; APA/MTE p92; APA James MacDonald p168

Distribution

UK, Ireland and Europe
Apa Publications (UK) Ltd
sales@insightguides.com
United States and Canada
Ingram Publisher Services
ips@ingramcontent.com
Australia and New Zealand
Woodslane
info@woodslane.com.au
Southeast Asia
Apa Publications (SN) Pte
singaporeoffice@insightguides.com

Worldwide
Apa Publications (UK) Ltd
sales@insightguides.com

Special Sales, Content Licensing, and CoPublishing
Discounts available for bulk quantities. We can create special editions, personalized jackets, and corporate imprints. sales@insightguides.com; www.insightguides.biz

Contents

Food & Drink

People

Leisure Time

Special Requirements

In an Emergency

Dictionary

Pronunciation

This section is designed to familiarize you with the sounds of Vietnamese through the use of our simplified phonetic transcription. You'll find the pronunciation of the Vietnamese sounds below, together with their 'imitated' equivalents. This system is used throughout the phrase book. Whenever you see a word spelled phonetically in the book, simply read the pronunciation as you would in English. Every syllable is pronounced with one of six tones (e.g. level, hanging, sharp, tumbling, asking and heavy). Vietnamese is a difficult language to speak due to these different tones.

Tones

There are 6 tones used in Vietnamese. It is critical to get the intonation right as different tones indicate different meanings.

Level tone, as in **ta** (I; we; let's): there is no tone marker for this; the voice stays at a pitch slightly above the normal pitch.

Sharp tone, as in **tá** (dozen): the pitch starts a little lower than at level tone before rising sharply.

Hanging tone, as in **tà** (evil spirit; bad): the pitch starts slightly lower than at level tone and then drops off.

Asking tone, as in **tả** (describe): the pitch starts at the same level as hanging tone. It dips initially and rises back to the starting pitch.

Tumbling tone, as in **tã** (diaper): At the beginning, the pitch starts a little above the hanging tone. It dips subsequently and then rises sharply to finish above the starting pitch.

Heavy tone, as in *tạ* (weight): the pitch starts at the same level as the hanging tone before dropping off immediately.

In most cases, the final consonant of the words bearing a heavy tone is almost inaudible. For example, **đẹp** can sound pretty much like '*deh*'. Put your lips in the position to say the final consonant, but stop short of actually pronouncing it.

Please note that this phrase book also contains the Vietnamese script; if your listener does not understand you, use the book to indicate what you are trying to say.

Consonants

Vietnamese consonants are divided into two categories: **single consonants** and **combined consonants** (inclusive of some semi-consonants).

Single consonants

Letter	Approximate Pronunciation	Example	Pronunciation
cb	like b in baby	ba	ba
c	like k in cuddle	cô	ko
d	like z in zombie	dì	zi
đ	like d in dog	đảo	dao
g	like g in go	góa	gwa
h	like h in hotel	hoa	hwa
k	like k in Pakistan	kiến	ki-uhn
l	like l in load	liễu	li-yoh
m	like m in mother	mưa	mur-uh
n	like n in north	nắng	nag
p*	like p in pool	pa nô	pa no
q*	like qu in query		
r	like r in rich	răng	rag
s	like sh in shoot	sẵn sàng	shan shag
t	like t in stand	tin tưởng	tin tew-ug
v	like v in very	vui	vui
x	like s in sea	xong	sog

* Usually, they are used in a form of combined consonants, going with h and u respectively.

Combined consonants

Letter	Approximate Pronunciation	Example	Pronunciation
ch	like ch in church	chính	chin
gh	like g in go	ghế	ge
kh	like the way the Scots say loch	không	kog
ng	like ng in song	ngang	gag
ngh	like ng in song	nghỉ	gi
nh	like ny in canyon	nhanh	nan
ph	like f in fill	pha	fa
th	like th in breath	thanh thoát	tan twat
tr	like tr in train	trà	tra
gi*	like j in jacket	giảng viên	jag vi-uhn
qu*	like qu in quite	quản lý	kwan li

* Semi-consonant

Vowels

Vietnamese vowels can be divided into three categories:
monophthongs (single vowels), **diphthongs** (double vowels), and
triphthongs (triple vowels). Combined with six tones, it makes spelling
a tough task for the beginner. Thus, only a few of the more complex
variations are given overleaf.

Don't forget that the phonetic system has been specifically designed with
the beginner in mind to make the pronunciation as easy as possible.

Monophthong

Letter	Approximate Pronunciation	Example	Pronunciation
a	like a in father	cá	ka
ă	like a in jack	bắc	bak
â	like u in but	cân	kan
e	like e in red	xe	se
ê	like ay in say	mê sảng	mei sag
i*	like i in tin	mí mắt	mi mat
o	like o in cord	to	to
ô	like o in hello	tô vẽ	to ve
ơ	like u in fur	sợi tơ	sur-i tur
u	like oo in soon	tu hú	too hoo
ư	like oo in good	mừng rỡ	moorg rur
	spoken with an American accent or in a hasty manner (slang)		
y*	like i in sin	chữ ký	choo ki

* Even natives find it a chore to distinguish the usage of i and y. The position, the combination of the vowels and the consonants determines the usage of i or y in a word.

Diphthong

Letter	Approximate Pronunciation	Example	Pronunciation
ai	like ai in Saigon	mai	my
ao	like ao in Mao	cao	kao
au	like au in Tau	mau	ma-oo
âu	like o in oh	châu chấu	choh choh
ay	like ay in play	say	shay
eo	ah-ao	kéo	keh-ao

êu	ay-oo	mếu máo	may-oo mao
iê	i-uh	chiến thắng	chi-uhn tag
iu	like ew in few	tiu nghỉu	tew gew
oa*	wa	hoa	hwa
oă	wa	xoăn	swan
oe*	weh	khỏe	kweh
oi	like oy in boy	coi	koi
ôi	oi	tôi	toi
ơi	ur-i	chơi	chur-i
ua	like our in tour	thua	too-a
uâ	oo-uh	tuẩn	too-uh
uê	oo-ei	hoa huệ	hwa hoo-ei
uô	oor	cuống	koorg
uy*	oo-i	uy tín	oo-i tin
ưa	ur-a	mưa	mur-a
ươ	ew-ur	sương	shew-urg
ưu	ur-ew	về hưu	ve hur-ew

Semi-vowel

Triphthong

Letter	Approximate Pronunciation	Example	Pronunciation
ươi	ew-ur-i	tươi	tew-ur-i
iêu	like ilk in milky	tiêu cự	ti-yoh kur
uyên*	oo-in	nguyên	goo-in
uyêt*	oo-yit	tuyết	too-yit

The basic components are 'uyê' but the pronunciation can be different. This depends on the consonant it pairs off with. Here, only the two most common combinations are mentioned.

How to use this Book

> Sometimes you see two alternatives separated by a slash. Choose the one that's right for your situation.

ESSENTIAL

I'm on vacation
[holiday]/business.
I'm going to...
I'm staying at the
...Hotel.

Tôi đến đây để nghỉ mát/kinh doanh.
toi dén day dẻ gỉ mát/kin zwan
Tôi đang đi... *toi dag di...*
Tôi đang ở tại Khách sạn...
toi dag ửr tai Kák shan...

> Words you may see are shown in YOU MAY SEE boxes.

YOU MAY SEE...

hải quan	customs
hàng hóa miễn thuế	duty-free goods
hàng hóa cần khai	goods to declare

> Any of the words or phrases listed can be plugged into the sentence below.

Tickets

A...ticket.
  one-way
  round-trip [return]
  first class
  economy class

Một vé... *một vé...*
một chiều *mot chì-yoh*
khứ hồi *koor hò-i*
hạng nhất *hag nát*
hạng phổ thông *hag fỏ tog*

Vietnamese phrases appear in purple.

Read the simplified pronunciation as if it were English. For more on pronunciation, see page 7.

The Dating Game

Can I join you?

Tôi có thể tham gia cùng bạn không?
toi kó tẻ̉ tam ja còog ban kog

You're very attractive.

Bạn thật hấp dẫn.
ban that hấp zẫn

For Communications, see page 49.

Related phrases can be found by going to the page number indicated.

As in English, there is no differentiation in the spelling of adjectives when referring to a man or a woman.

If you are invited to someone's home, always bring a gift but avoid objects that are deemed unlucky such as clocks, white or black objects and/or sharp implements!

Information boxes contain relevant country, culture and language tips.

Expressions you may hear are shown in You May Hear boxes.

YOU MAY HEAR...

Tôi chỉ nói được một chút tiếng Anh.
toi chỉ nói dew-urk mot chóot tí-uhg An

I only speak a little English.

Color-coded side bars identify each section of the book.

Survival

Arrival & Departure

ESSENTIAL

I'm on vacation [holiday]/business.	**Tôi đến đây để nghỉ mát/kinh doanh.** *toi dén day dẻ gỉ mát/kin zwan*
I'm going to…	**Tôi đang đi…** *toi dag di…*
I'm staying at the …Hotel.	**Tôi đang ở tại Khách sạn…** *toi dag ửr tai Kák shan…*

YOU MAY HEAR…

Xin cho xem hộ chiếu. *sin cho sem ho chí-yoh*	Your passport, please.
Mục đích chuyến đi của bạn là gì? *mook dík chóo-in di kỏo-a ban là jì*	What's the purpose of your visit?
Bạn ở tại đâu? *ban ửr tai doh*	Where are you staying?
Bạn ở lại bao lâu? *ban ửr lai bao loh*	How long are you staying?
Bạn ở lại với ai? *ban ửr lai vúr-i ai*	Who are you here with?

Border Control

I'm just passing through.	**Tôi chỉ quá cảnh.** *toi chỉ kwá kản*
I'd like to declare…	**Tôi muốn khai…** *toi móorg kai…*
I have nothing to declare.	**Tôi không có gì cần khai.** *toi kog kó jì kàn kai*

HỘ CHIẾU
Passport

YOU MAY HEAR...

Bạn có gì cần khai không?
bạn kó jì kàn kai kog

Bạn phải nộp thuế.
ban fải nop tóo-ei

Mở giỏ này ra.
mửr jỏ này ra

Anything to declare?

You must pay duty.

Open this bag.

YOU MAY SEE...

hải quan	customs
hàng hóa miễn thuế	duty-free goods
hàng hóa cần khai	goods to declare
không có gì cần khai	nothing to declare
kiểm soát hộ chiếu	passport control
công an	police

Money

ESSENTIAL

Where's…?	**Ở đâu…?** *Ửr doh…*
the ATM	**ATM** *a-tei-em*
the bank	**ngân hàng** *gan hàg*
the currency exchange office	**phòng đổi tiền** *fòg dỏi tì-uhn*
When does the bank open/close?	**Ngân hàng mở/đóng cửa khi nào?** *gan hàg mủr/dóg kủr-a ki nào*
I'd like to change dollars/pounds into dong.	**Tôi muốn đổi đồng đôla/bảng Anh sang đồng Việt Nam.** *toi móorn dỏi dòg dola/bảg an shag dòg vi-uht nam*
I'd like to cash traveler's cheques.	**Tôi muốn lĩnh tiền mặt từ séc du lịch.** *toi móorn lĩn tì-uhn mat tòor shék zoo lik*

At the Bank

I'd like to change money/get a cash advance.	**Tôi muốn đổi tiền/lấy tiền mặt trước.** *toi móorn dỏi tì-uhn/láy tì-uhn mat tréw-urk*
What's the exchange rate/fee?	**Tỉ giá hối đoái là bao nhiêu?** *tỉ já hói dwái là bao ni-yoh*
I think there's a mistake.	**Tôi nghĩ có sự nhầm lẫn.** *toi nĩ kó shoor nàm lãn*
I lost my traveler's cheques.	**Tôi làm mất séc du lịch của mình rồi.** *toi làm mát shék zoo lik kỏo-a mìn ròi*

My card...	**Thẻ của tôi...** *tẻ kỏo-a toi...*
was lost	**bị mất** *bi mát*
was stolen	**bị mất trộm** *bi mát trom*
doesn't work	**không hoạt động** *kog hwat dog*
The ATM ate my card.	**Máy rút tiền tự động đã nuốt thẻ của tôi.**
	máy róot tì-uhn toor dog dã nóort tẻ kỏo-a toi

At some banks, cash can be obtained from ATMs with Visa™, Eurocard™, American Express® and many other international cards. Instructions are often in English. Banks with a "Change" sign will exchange foreign currency. You can also change money at travel agencies and hotels, but the rate will not be as good. Remember to bring your passport when you want to change money. Outside of banking hours, money can be exchanged in hotels, stores selling gold or silver and firms that trade foreign currencies.

The currency in Vietnam is **Vietnam dong (VND)**.
Coins: 100, 200, 500, 1000 and 5000 **VND**.
Notes: 500, 1000, 2000, 5000, 10000, 20000, 50000, 100000, and 500000 **VND**.
In Ha Noi and Hue, banks are open from 8:30 a.m. to 3:30 p.m., and in Ho Chi Minh city, banks are open from 7:30 a.m. to 6:00 p.m., Monday to Saturday.

YOU MAY SEE...

nạp thẻ vào đây	insert card here
huỷ	cancel
xoá	clear
PIN	PIN
rút tiền	withdrawal
từ tài khoản tiền gửi [vãng lai]	from checking [current] account
từ tài khoản tiết kiệm	from savings account
hoá đơn	receipt

Getting Around

ESSENTIAL

How do I get to town?	**Tôi có thể vào thành phố bằng cách nào?**
	toi kó tẻ vào tàn fó bàg kák nào
Where's...?	**... ở đâu?** *...ừr doh*
the airport	**sân bay** *shan bay*
the train station	**trạm xe lửa** *tram se lửr-a*
the bus station	**trạm xe buýt** *tram se bóo-yit*
the subway [underground] station	**trạm tàu điện [ngầm]** *tram tà-oo di-uhn [gàm]*
Is it far from here?	**Bao xa?** *bao sa*
Where do I buy a ticket?	**Tôi có thể mua vé ở đâu?** *toi kó tẻi mooa vé ừr doh*
A one-way/return-trip ticket to...	**Một vé một chiều/khứ hồi đến...** *mot vé mot chì-yoh/kóor hòi dén...*
How much?	**Bao nhiêu?** *bao ni-yoh*
Which gate/line?	**Cổng/Tuyến nào?** *kỏg/tóo-in nào*
Which platform?	**Sân ga nào?** *shan ga nào*
Where can I get a taxi?	**Tôi có thể gọi xe taxi ở đâu?** *toi kó tẻi goi se taxi ừr doh*
Take me to this address.	**Xin đưa tôi đến địa chỉ này.** *sin dur-a toi dén dia chỉ này*
Can I have a map?	**Tôi có thể lấy bản đồ không?** *toi kó tẻi láy bản dò kog*

Tickets

When's...to Paris?	**Khi nào ... đến Paris?** *ki nào ... dén Paris*
the (first) bus	**xe buýt (đầu tiên)** *se bóo-yit (dàu ti-uhn)*
the (next) flight	**chuyến bay (tiếp theo)** *chóo-in bay (tí-uhp teh-ao)*
the (last) train	**chuyến xe lửa (cuối cùng)** *chóo-in se lử-a (kóori koòg)*
Where do I buy a ticket?	**Tôi có thể mua vé ở đâu?** *toi kó tèi mooa vé ừr doh*
One/Two ticket(s) please.	**Xin bán một/hai vé** *sin bán mot/hai vé*
For today/tomorrow.	**Cho hôm nay/ngày mai** *cho hom nay/gày mai*
A...ticket.	**Một vé...** *mot vé ...*
one-way	**một chiều** *mot chì-yoh*
round [return] trip	**khứ hồi** *kóor hò-i*
first class	**hạng nhất** *hag nát*
business class	**hạng doanh nhân** *hag zwan nan*
economy class	**hạng phổ thông** *hag fô tog*
How much?	**Bao nhiêu tiền?** *bao ni-yoh tì-uhn*
Is there a discount for...?	**Có giảm giá cho... không?** *kó jàm já cho ... kog*
children	**trẻ em** *trẻ em*
students	**sinh viên** *shin vi-uhn*
senior citizens	**người cao tuổi** *gèw-ur-i kao tòori*
tourists	**khách du lịch** *kák zu lik*
The express bus/ express train, please.	**Xin cho xe buýt/tàu tốc hành.** *sin cho se bóo-yit/tà-oo tók hàn*
The local bus/train, please.	**Xin cho xe buýt/tàu địa phương.** *sin cho se bóo-yit/tà-oo dia few-urg*
I have an e-ticket.	**Tôi có vé mua qua mạng.** *toi kó vé mooa kwa mag*
Can I buy...	**Tôi có thể mua...** *toi kó tèi mooa...*
a ticket on the bus/train?	**vé xe buýt/xe lửa?** *vé se bóo-yit/se lừ-a*

the ticket before boarding?	**vé trước khi lên xe?**
	vé tréw-urk ki len se
How long is this ticket valid?	**Vé có hạn dùng trong bao lâu?**
	vé kó han zòog trog bao la-oo
Can I return on the same ticket?	**Tôi có thể quay về với cùng một vé không?**
	toi kó tẻ kway vè vúr-i kòog mot vé kog
I'd like to... my reservation.	**Tôi muốn... đặt chỗ của mình.**
	toi móorn... dat chỗ kỏo-a mìn
cancel	**hủy** *hỏo-i*
change	**thay đổi** *tay dỏ-i*
confirm	**xác nhận** *sák nan*

For Days, see page 163.

YOU MAY HEAR...

Bạn đi hãng máy bay nào?	What airline are you flying?
ban di hãg máy bay nào	
Nội địa hay quốc tế?	Domestic or international?
noi dia hay kwók té	
Nhà ga nào? *nà ga nào*	What terminal?

Most foreigners require a visa to enter Vietnam, and it is best
to get one in advance. Visas are generally valid for 30 days. There
are airports in **Ha Noi, Ho Chi Minh, Da Nang, Hue, Quy Nhon**
and **Dien Bien.**

Plane

Airport Transfer

How much is a taxi to the airport?	**Taxi đến sân bay hết bao nhiêu tiền?** *taxi dén shan bay hét bao ni-yoh tì-uhn*
To...Airport, please.	**Xin cho đến Sân bay...** *sin cho dén Shan bay...*
My airline is...	**Hãng máy bay của tôi là...** *hãg máy bay kỏoa toi là...*
My flight leaves at...	**Chuyến bay của tôi khởi hành lúc...** *chóo-in bay kỏoa toi kử-i hàn lóok...*
I'm in a rush.	**Tôi đang vội.** *toi dag voi*
Can you take an alternate route?	**Anh có thể đi đường khác được không?** *an kó tẻi di dèw-urg kák dew-urk kog*
Can you drive faster/slower?	**Anh có thể đi nhanh hơn/chậm hơn không?** *an kó tẻi di nan hur-n/cham hur-n kog*

YOU MAY SEE...

đến	arrivals
đi	departures
nhận hành lý	baggage claim
kiểm tra an ninh	security
chuyến bay nội địa	domestic flights
chuyến bay quốc tế	international flights
Làm thủ tục chuyến bay	check-in
Làm thủ tục cho vé mua qua mạng	e-ticket check-in
cổng khởi hành	departure gates

Checking In

Where's check-in?	**Quầy làm thủ tục chuyến bay ở đâu?** *kwày tủ took chóo-in bay ử doh*
My name is…	**Tôi tên là…** *toi ten là…*
I'm going to…	**Tôi đang đi…** *toi dag di…*
I have…	**Tôi có…** *toi kó*
one suitcase	**một va-li** *mot va-li*
two suitcases	**hai va-li** *hai va-li*
one piece	**một túi** *mot tóo-i*
How much luggage is allowed?	**Được mang bao nhiêu hành lý?** *dew-urk mag bao ni-yoh hàn lí*
Is that pounds or kilos?	**Tính bằng pound hay kí-lo?** *tín bàg pound hay kí-lo*
Which terminal?	**Nhà ga nào?** *nà ga nào*
Which gate?	**Cổng nào?** *kỏg nào*
I'd like a window/ an aisle seat.	**Tôi muốn ngồi ghế cạnh cửa sổ/lối đi.** *toi móorn nòi géi kan kử-a sỏ/lói di*
When do we leave/ arrive?	**Khi nào chúng ta khởi hành/đến nơi?** *ki nào chóog ta kử-i hàn/dén nur-i*
Is the flight delayed?	**Chuyến bay bị hoãn à?** *chóo-in bay bi hwãn à*
How late?	**Hoãn bao lâu?** *hwãn bao loh*

YOU MAY HEAR...

Tiếp theo! *tí-uhp teh-ao* — Next!

Xin cho xem hộ chiếu/vé.
sin cho sem ho chí-yoh/vé — Your passport/ticket, please.

Bạn có gửi hành lý không?
ban kó gử-i hàn lí kog — Are you checking any luggage?

Hành lý [túi] xách tay này quá lớn.
hàn lí [tóo-i] sák tay này kwá lúr-n — That's too large for a carry-on [piece of hand luggage].

Bạn tự đóng hành lý à?
ban toor dóg hàn lí à — Did you pack these bags yourself?

Có ai nhờ bạn cầm thứ gì không?
kó ai nùr ban kàm tóor jì kog — Did anyone give you anything to carry?

Cởi giày ra. *kửr-i jày ra* — Take off your shoes.

Bắt đầu lên tàu... *bát dòh len tà-oo...* — Now boarding...

YOU MAY SEE...

sân ga	platforms
thông tin	information
đặt vé	reservations
phòng chờ	waiting room
đến	arrivals
đi	departures

Luggage

Where is/are...?	**... ở đâu?** ... _ửr doh_
the luggage trolleys	**xe đẩy hành lý** _se dảy hàn lí_
the luggage lockers	**tủ chứa hành lý** _tỏo chứr-a hàn lí_
the baggage claim	**nhận hành lý** _nan hàn lí_
My luggage has been lost/stolen.	**Hành lý của tôi bị thất lạc/mất trộm.** _hàn lí kỏo-a toi bi tát lak/mát trom_
My suitcase is damaged.	**Va-li của tôi bị phá hỏng.** _va-li kỏo-a toi bi fá hỏng_

Finding your Way

Where is/are...?	**... ở đâu?** ... _ửr doh_
the currency exchange	**nơi đổi tiền** _nur-i dỏi tì-uhn_
the car hire	**nơi thuê xe hơi** _nur-i too-ei se hur-i_
the exit	**lối ra** _lói ra_
the taxis	**xe taxi** _se taxi_
Is there...into town?	**Có... vào thành phố không?** _kó... vào tàn fó kog_
a bus	**xe buýt** _se bóo-yit_
a train	**xe lửa** _se lửr-a_
a Metro	**xe điện** _se di-uhn_

For Asking Directions, see page 35.

Train

Where's the train station?	**Trạm xe lửa ở đâu?** _tram se lử-a ừr doh_
How far is it?	**Cách bao xa?** _kák bao sa_
Where is/are...?	**... ở đâu?** _... ừr doh_
the ticket office	**Phòng vé** _fòg vé_
the information desk	**Bàn thông tin** _bàn tog tin_
the luggage lockers	**Tủ chứa hành lý** _tỏo chúr-a hàn lí_
the platforms	**sân ga** _shan ga_
Can I have a schedule [timetable]?	**Vui lòng cho tôi bản lịch trình tàu.** _voo-i lòg cho toi bản lik trìn tà-oo_
How long is the trip?	**Chuyến đi kéo dài bao lâu?** _chóo-in di kéh-ao zài bao loh_
Is it a direct train?	**Có xe lửa đi trực tiếp không?** _kó se lử-a di trur-k tí-uhp kog_
Do I have to change trains?	**Tôi có phải đổi tàu không?** _toi kó fả-i dỏ-i tà-oo kog_
Is the train on time?	**Xe lửa có đúng giờ không?** _se lử-a kó dóog jừr kog_

For Tickets, see page 21.

The railway system serves all major cities and tourist centers. Seats are classed as hard seats/sleepers and soft seats/sleepers, and prices go up incrementally according to the comfort provided. In the hard seat car the seats are actually padded, but it is often noisy and crowded. The soft seat cars are more comfortable and often have air conditioning. Sleeping cars are generally comfortable and blankets and pillows are provided. Food and drink is served on all trains.

Departures

Which track [platform] to…?	**Đường [sân ga] nào đến?** *dèw-urg [shan ga] nào dén*
Is this the track [platform]/train to…?	**Đây là đúng đường cho chuyến tàu đến … ?** *day là dóog dèw-urg ko choo-ín tà-oo dén …*
Where is track [platform]…?	**Đường sắt số … ở đâu?** *dèw-urg shát shó … ủr doh*
Where do I change for..?	**Tôi xuống tàu đi … ở đâu?** *toi sóorg tà-oo di … ủr doh*

On Board

Can I sit here/open the window?	**Bạn có phiền nếu tôi ngồi đây/tôi mở cửa sổ** *ban kó fi-uhn néw toi gòi dai/toi mủr kủr-a shỏ*
That's my seat.	**Tôi nghĩ đó là chỗ của tôi.** *toi gĩ dó là choı kỏo-a toi*
Here's my reservation.	**Đây là chỗ đặt trước của tôi.** *day là choı dạt tréw-urk kỏo-a toi*

Bus

Where's the bus station?	**Trạm xe buýt ở đâu?** *tram se bóo-yit ủr doh*
How far is it?	**Cách bao xa?** *kák bao sa*
How do I get to…?	**Tôi có thể đến… bằng cách nào?** *toi kó tẻ dén… bàg kák nào*

YOU MAY HEAR...

Cho xem vé. *cho sem vé*   Tickets, please.
Bạn phải đổi chuyến tại...   You have to change at...
ban fải dỏi choó-in tai...
Trạm kế tiếp... *tram ké tí-uhp*   Next stop...

Is this the bus to...?   **Có xe buýt đến... không?** *kó se bóo-yit dén... kog*
Can you tell me when   **Bạn có thể cho tôi biết khi nào phải xuống**
to get off?   **không?** *ban kó tẻi cho toi bí-uht ki nào kàn sóorg kog*
Do I have to change   **xe buýt** *se bóo-yit*
buses?
Stop here, please!   **Xin dừng ở đây!** *sin zòorg ử day*

YOU MAY SEE...

trạm xe buýt   bus stop
yêu cầu dừng   request stop
lối vào/lối ra   entrance/exit
đóng dấu lên vé   stamp your ticket

The local bus service networks are extensive, although they are
usually crowded at rush hour. Local busses operate in Ha Noi, Hai
Phong, Quang Ninh, Da Nang, and Ho Chi Minh. Both government
and private bus companies operate long-distance bus services with
routes connecting every city in the country. Seats can be reserved in
advance through travel agents and tourist offices.

Metro

Where's the metro station?	**Trạm tàu điện ở đâu?** *tram tà-oo di-uhn ửr doh*
A map, please.	**Xin cho tôi một bản đồ.** *sin cho toi mot bản dò*
Which line for...?	**Tuyến nào đi...?** *tóo-in nào di...*
Which direction?	**Hướng nào?** *héw-urg nào*
Do I have to transfer [change]?	**Tôi có phải chuyển [đổi]?** *toi kó fải chỏo-in [dỏi]*
Is this the metro to...?	**Đây có phải tàu điện đến...?** *day kó fải tà-oo di-uhn dén...*
How many stops to...?	**Bao nhiêu trạm nữa thì đến...?** *bao ni-yoh tram nữr-a tì dén...*
Where are we?	**Chúng ta đang ở đâu?** *chóog ta dag ửr doh*

Boat & Ferry

When is the ferry to...?	**Chuyến phà đến... khi nào?** *chóo-in fà dén... ki nào*
Can I take my car?	**Tôi có thể mang theo xe hơi không?** *toi kó tẻi mag teh-ao se hur-i kog*
What time is the next sailing?	**Chuyến tiếp theo là khi nào?** *chóo-in tí-uhp teh-ao là ki nào*
Can I book a seat/cabin?	**Tôi có thể đặt chỗ/buồng không?** *toi kó tẻi dat chõ/bòorg kog*
How long is the crossing?	**Đi mất bao lâu?** *di mát bao loh*

Ferries only operate in certain areas, such as Quang Ninh and Ho Chi Minh. However, there are numerous riverboat services connecting all parts of the country. For provinces in Eastern or Western Ho Chi Minh, boat travel is the best option for getting around.

YOU MAY SEE…

thuyền cứu hộ	life boats
áo phao cứu hộ	life jacket

Taxi

Where can I get a taxi?	**Tôi có thể gọi tắc xi ở đâu?** *toi kó tẻ goi ták si ủr doh*
Can you send a taxi?	**Bạn có thể đưa taxi đến không?**
	bạn kó tẻi dur-a taxi dén kog
Do you have the	**Bạn có số gọi xe tắc xi không?**
number for a taxi?	*ban kó shó goi se ták si kog*
I'd like a taxi now/	**Tôi muốn một xe taxi ngay bây giờ/ngày mai**
for tomorrow at…	**tại…** *toi móorn mot se taxi gay bay jùr/gày mai tai…*
Pick me up at…	**Đón tôi tại…** *dón toi tai…*
I'm going to…	**Tôi đến …** *toi dén …*
this address	**địa chỉ này** *dia chỉ này*
the airport	**sân bay** *shan bay*
the train station	**nhà ga** *nà ga*
I'm late.	**Tôi bị trễ giờ.** *toi bi trēi jùr*
Can you drive faster/	**Anh có thể đi nhanh hơn/chậm hơn không?**
slower?	*an kó tẻi di nan hur-n/cham hur-n kog*

YOU MAY HEAR...

Đi đâu? *di doh* — Where to?

Địa chỉ ở đâu? *dia chỉ ừr doh* — What's the address?

Có phụ thu sân bay/buổi tối. *kó foo too san bay/bỏori tói* — There's a night-time/airport surcharge.

Stop/Wait here.	**Dừng/chờ ở đây.** *zòorg/chừr ừr day*	
How much?	**Giá bao nhiêu?** *zá bao ni-yoh*	
You said it would cost...	**Bạn nói rằng sẽ tốn...** *ban nói ràg shẽ tón...*	
Keep the change.	**Cứ giữ tiền lẻ.** *óor jõor tì-uhn lẻ*	

Bicycle & Motorbike

I'd like to hire...	**Tôi muốn thuê một chiếc ...** *toi móorn too-ei mot chí-uhk ...*	
a bicycle	**xe đạp** *se dap*	
a moped	**xe máy có bàn đạp** *se máy kó bàn dap*	
a motorcycle	**xe máy** *se máy*	
How much per day/week?	**Giá mỗi ngày/tuần là bao nhiêu?** *já mõi gày/tòo-uhn là bao ni-yoh*	

Major cities have metered taxis with set routes — payment is made upon entering the cab. It is also possible to hire taxis by the hour/day. Tipping is not mandatory. If you use rickshaws, pedicabs, or two-wheeled taxis, it is best to agree the price in advance. Not many taxi drivers speak English, so it is best to have your destination written out in Vietnamese or to point it out on a map.

Can I have a helmet/lock?	**Tôi có thể lấy nón bảo hiểm/ổ khoá không?** *toi kó tểi láy nón bảo hỉ-uhm/ổ kwá kog*
I have a puncture/flat tyre.	**Tôi bị thủng/xẹp bánh xe.** *toi bi tỏog/xep bán se*

Car Hire

Where's the car hire?	**Thuê xe hơi ở đâu?** *too-ei se hur-i ửr doh*
I'd like…	**Tôi muốn…** *toi móorn…*
a cheap/small car	**xe hơi nhỏ/rẻ tiền** *se hur-i nỏ/rẻ tì-uhn*
an automatic/a manual	**xe tự động/điều khiển bằng tay** *se toor dog/dì-yoh kỉ-uhn bàg tay*
air conditioning	**có máy lạnh** *kó máy lan*
a car seat	**ghế cho trẻ em** *gé cho trẻ em*
How much…?	**Bao nhiêu…?** *bao ni-yoh…*
per day/week	**mỗi ngày/tuần** *mỗi gày/tòo-uhn*
per kilometer	**mỗi ki-lo-met** *mỗi kí-lo-mét*
for unlimited mileage	**không giới hạn quãng đường** *kog jứr-i han kwān dèw-urg*
with insurance	**có bảo hiểm** *kó bảo hỉ-uhm*
Are there any discounts?	**Có giảm giá không?** *kó jàm já kog*

YOU MAY HEAR...

Bạn có bằng lái xe quốc tế không?
ban kó bàg lái se kwók té kog
Do you have an international driver's license?

Xin cho xem hộ chiếu.
sin cho sem ho chí-yoh
Your passport, please.

Bạn có muốn bảo hiểm không?
ban kó móorn bảo hỉ-uhm kog
Do you want insurance?

Tôi cần tiền đặt cọc. *toi kàn tì-uhn dat kok*
I'll need a deposit.

Viết tắt/Ký tên ở đây. *ví-uht tát/kí ten ử day*
Initial/Sign here.

Fuel Station

Where's the fuel station?	**Trạm xăng ở đâu?** *tram sag ử doh*	
Fill it up.	**Đổ đầy bình.** *dỏ dày bìn*	
. . . euros, please.	**Cho. . . ơ-rô.** *cho. . . ur-ro*	
I'll pay in cash/by credit card.	**Tôi sẽ trả bằng tiền mặt/bằng thẻ tín dụng.** *toi shẽ trả bàg tì-uhn mat/bàg tẻ tín zoog*	

YOU MAY SEE...

dầu hỏa, dầu lửa	gas [petrol]
thượng hạng	unleaded
bình thường	regular
đặc biệt	super
dầu	diesel

Asking Directions

Is this the way to...?	**Đây có phải đường đi...?** *day kó fải dèw-urg di...*
How far is it to...?	**Cách bao xa thì đến...?** *kák bao sa tì dén...*
Where's...?	**...ở đâu?** *...ử doh*
...Street	**Đường...** *dèw-urg...*
this address	**địa chỉ này** *dia chỉ này*

YOU MAY HEAR...

đi thẳng *di tảg*	straight ahead
trái *trái*	left
phải *fải*	right
gần đây *gàn day*	around the corner
ngược lại *gew-urk lai*	opposite
sau *shau*	behind
kế bên *ké ben*	next to
sau khi *shau ki*	after
bắc/nam *bák/nam*	north/south
đông/tây *dog/tay*	east/west
chỗ đèn giao thông *chõ dèn jao tog*	at the traffic light
chỗ giao nhau *chõ jao na-oo*	at the intersection

YOU MAY SEE...

DỪNG LẠI	STOP
NHƯỜNG ĐƯỜNG	YIELD
CẤM ĐẬU XE	NO PARKING
MỘT CHIỀU	ONE WAY
CẤM VÀO	NO ENTRY
ALLOWED CẤM XE	NO VEHICLES
CẤM ĐI	NO PASSING
BIỂN BÁO GIAO THÔNG PHÍA TRƯỚC	TRAFFIC SIGNAL AHEAD
LỐI RA	EXIT

the highway [motorway]	**đường cao tốc** *dèw-urg kao tók*
Can you show me on the map?	**Bạn có thể chỉ cho tôi trên bản đồ không?** *bạn kó tẻi chỉ cho toi tren bản dò kog*
I'm lost.	**Tôi bị lạc.** *toi bi lak*

Parking

Can I park here?	**Tôi có thể đậu xe ở đây không?** *Toi kó tẻi dau se ủr day kog?*
Where's...?	**... ở đâu?** *... ủr doh?*
the parking garage	**ga-ra đậu xe** *ga-ra doh se*
the parking lot [car park]	**bãi đỗ xe [bãi đậu xe]** *bãi dõ se [bãi doh se]*
the parking attendant	**nhân viên bãi đỗ xe** *nan vi-uhn bãi dõ se*
How much...?	**Bao nhiêu...?** *bao ni-yoh...*
per hour	**mỗi giờ** *mõi jùr*
per day	**mỗi ngày** *mõi gày*
for overnight	**qua đêm** *kwa dem*

Breakdown & Repair

My car broke down/ won't start.	**Xe tôi bị hư/không khởi động được.** *se toi bi hoor/kog kửr-i dog dew-urk*
Can you fix it (today)?	**Bạn có thể không?** *bạn kó tềi kog*
When will it be ready?	**Khi nào xong?** *ki nào sog*
How much?	**Bao nhiêu?** *bao ni-yoh*

Accidents

There was an accident.	**Có tai nạn.** *kó tai nan*
Call…	**Hãy gọi…** *hãy goi*
an ambulance	**xe cấp cứu** *se káp kúr-ew*
the police	**cảnh sát** *kản shát*

Parking is usually located within the main cities' boundaries along the streets or in the spaces under bridges. There are no parking meters in Vietnam. Instead, you pay a parking attendent.

Places to Stay

ESSENTIAL

Can you recommend a hotel?	**Bạn có thể giới thiệu một khách sạn không?** *ban kó tải júr-i ti-yoh mot kák shan kog*
I made a reservation.	**Tôi muốn đặt chỗ.** *toi móorn dat chỗ*
My name is…	**Tên tôi là…** *ten toi là…*
Do you have a room…?	**Bạn có phòng không…?** *ban kó fòg kog…*
for one/two	**cho một/hai người** *cho mot/hai gèw-ur-i*
with a bathroom	**có phòng tắm** *kó fòg tám*
with air conditioning	**có máy lạnh** *kó máy lan*
For…	**Cho** *cho*
tonight	**tối nay** *tói nay*
two nights	**hai đêm** *hai dem*
one week	**một tuần** *mot tòo-uhn*
How much?	**Bao nhiêu?** *bao ni-yoh*
Is there anything cheaper?	**Có phòng nào rẻ hơn không?** *kó fòg nào rẻ hur-n kog?*
When's check-out?	**Khi nào trả phòng?** *ki nào trả fòg*
Can I leave this in the safe?	**Tôi có thể để đồ trong két sắt không?** *toi kó tải dẻ dò trog két shát kog*
Can I leave my bags?	**Tôi có thể để đồ ở đây không?** *toi kó tải dẻ dò ử day kog*
Can I have my bill/ a receipt?	**Tôi có thể lấy biên lai/hoá đơn không?** *toi kó tải láy bi-uhn lai/hwá dur-n kog*
I'll pay in cash/by credit card.	**Tôi sẽ trả bằng tiền mặt/bằng thẻ tín dụng.** *toi shẽ trả bàg tì-uhn mat/bàg tẻ tín zoog*

Somewhere to Stay

Can you recommend…?	**Bạn có thể giới thiệu…?** *bạn kó tẻi júr-i ti-yoh…*
a hotel	**một khách sạn** *mot kák shan*
a hostel	**một nhà nghỉ** *mot nà nỉ*
a campsite	**một nơi cắm trại** *mot nur-i kám trai*
a bed and breakfast (B&B)	**một nhà nghỉ có ăn sáng (B&B)** *mot nà nỉ kó an sháng*
What is it near?	**Nó gần nơi nào?** *nó gàn nur-i nào*

Tourist cities such as Ho Chi Minh City, Ha Noi and Hue are bimming with Western-style, luxiorious hotels , although reservations are best made in advance. Many hotels in Hue are garden-style, offering a haven for those who seek peace and tranquility. **Friendship hotels** are often enormous government-run complexes spread out over extensive grounds. Set up in the 1930s for traveling government officials and foreign dignitaries, many of these hotels have since been renovated to provide mid to high-range accommodations. In **guesthouses,** the standard varies so it is best to inspect the room before taking it.

| How do I get there? | **Tôi có thể đến đó bằng cách nào?** |
| | *toi kó tẻ dén dó bàg kák nào* |

At the Hotel

I have a reservation.	**Tôi có đặt chỗ.** *toi kó dat chõ*
My name is...	**Tên tôi là...** *ten toi là...*
Do you have a room...?	**Bạn có phòng...không?** *ban kó fòg... kog*
with a toilet/ shower	**có toilet/phòng tắm** *kó toilet/fòg tám*
with air conditioning	**có máy lạnh** *kó máy lan*
that's smoking/ non-smoking	**hút thuốc/không hút thuốc** *hóot tóork/kog hóot tóork*
For...	**Cho** *cho*
tonight	**tối nay** *tói nay*
two nights	**hai đêm** *hai dem*
a week	**một tuần** *mot tòo-uhn*
Do you have...?	**Bạn có ...không?** *ban kó ... kog*
a computer	**máy vi tính** *máy vi tín*
an elevator [a lift]	**thang máy** *tag máy*
(wireless) internet service	**dịch vụ internet (không dây)** *zik voo internet (kog zay)*

YOU MAY HEAR...

Xin cho xem hộ chiếu/thẻ tín dụng.
sin cho sem ho chí-yoh/tẻ tín zoog
Xin điền vào mẫu. *sin dì-uhn vào mõh*
Ký tên ở đây. *kí ten ửr day*

Your passport/credit card, please.
Fill out this form.
Sign here.

room service	**phục vụ phòng**	fook voo fòg
a pool	**hồ bơi**	hò bur-i
a gym	**phòng tập thể dục**	fòg tap tẻi zook
I need...	**Tôi cần...**	toi kàn...
an extra bed	**thêm giường**	tem jèw-urg
a cot	**giường cũi**	jèw-urg kõo-i
a crib	**nôi**	noi

Price

How much per night/week?	**Bao nhiêu một đêm/tuần?** bao ni-yoh mot dem/tòo-uhn
Does that include breakfast/tax?	**Đã bao gồm ăn sáng/thuế chưa?** dã bao gòm an sáq/tóo-ei chur-a
Are there any discounts?	**Có giảm giá không?** kó jảm já kog

Preferences

Can I see the room?	**Tôi có thể không?**	toi kó tẻi
I'd like a...room.	**Tôi muốn một phòng...**	toi móorn mot fòg...
better	**tốt hơn**	tót hur-n
bigger	**to hơn**	to hur-n
cheaper	**rẻ hơn**	rẻ hur-n
quieter	**yên tĩnh hơn**	i-uhn tĩn hur-n

I'll take it.	**Tôi sẽ lấy phòng này.** *toi shẽ láy fòg này*
No, I won't take it.	**Không, tôi sẽ không lấy phòng này.**
	kog, toi shẽ kog láy fòg này

Questions

Where is/are...?	**... ở đâu?** *... ủr doh*
the bar	**quầy bar** *kwày bar*
the bathrooms	**nhà vệ sinh** *nà vei shin*
the elevator [lift]	**thang máy** *tag máy*
I'd like...	**Tôi muốn ...** *toi móorn ...*
a blanket	**một cái chăn** *mot kái chan*
an iron	**bàn là** *bàn là*
the room key/key card	**chìa khoá/thẻ chìa khoá phòng**
	chìa kwá/tẻ chìa kwá fòg
a pillow	**gối** *gói*
soap	**xà phòng** *sà fòg*
toilet paper	**giấy vệ sinh** *jáy vei shin*
a towel	**khăn tắm** *kan tám*
Do you have an adapter for this?	**Bạn có bộ chuyển đổi nguồn điện không?** *ban kó bo chỏo-in dỏi nòorn di-uhn kog*
How do you turn on the lights?	**Tôi có thể mở đèn bằng cách nào?** *toi kó tẻ mủr dèn bàg kák nào*
Can you wake me at...?	**Bạn có thể đánh thức tôi vào lúc...không?** *ban kó tẻi dán túr-k toi vào lóok...kog*
Can I leave this in the safe?	**Tôi có thể để đồ trong két sắt không?** *toi kó tẻi dẻ dò trog két shát kog*
Can I have my things from the safe?	**Tôi có thể lấy đồ trong két sắt không?** *toi kó tẻi láy dò trog két shát kog*
Is there mail/a message for me?	**Có thư/tin nhắn cho tôi không?** *kó toor/tin nán cho toi kog*
Do you have a laundry service?	**Bạn có dịch vụ giặt ủi không?** *ban kó zik voo jat ỏ-i kog*

YOU MAY SEE...

đẩy/kéo	push/pull
nhà vệ sinh	bathroom [toilet]
tắm vòi hoa sen	showers
cầu thang máy	elevator [lift]
cầu thang	stairs
máy bán hàng tự động	vending machines
nước đá	ice
hiệu giặt	laundry
xin đừng làm phiền	do not disturb
cổng thoát hiểm	fire door
lối ra (thoát hiểm)	(emergency) exit
điện thoại báo thức	wake-up call

Problems

There's a problem.	**Có vấn đề.** *kó ván dè*
I lost my key/key card.	**Tôi bị mất chìa khoá/thẻ chìa khoá** *toi bi mát chìa kwá/tẻ chìa kwá*
I've locked my key/ key card in the room.	**Tôi đã khoá chìa khoá/thẻ chìa khoá trong phòng.** *toi dã kwá chìa kwá/tẻ chìa kwá trog fòg*
There's no hot water/ toilet paper.	**Không có nước nóng/giấy vệ sinh.** *kog kó néw-urk nóg/jáy vei shin*
The room is dirty.	**Phòng dơ bẩn.** *fòg zur bàn*
There are bugs in	**Trong phòng có sâu bọ.** *trog fòg kó shau bo*
the room.	
the air conditioning	**máy lạnh** *máy lan*
the fan	**quạt** *kwat*
the heat [heating]	**sưởi** *shẻw-ur-i*
the light	**đèn** *dèn*

the TV	**Ti-vi** *ti-vi*
the toilet	**nhà vệ sinh** *nà vei shin*
...doesn't work.	**... không hoạt động** *...kog hwat dog*
Can you fix...?	**Bạn có thể sửa...không?** *ban kó tẻi shửr-a... kog*
I'd like another room.	**Tôi muốn phòng khác.** *toi móorn fòg kák*

Checking Out

When's check-out?	**Khi nào trả phòng?** *ki nào trả fòg*
Can I leave my bags here until...?	**Tôi có thể để hành lý tại đây đến khi... không?** *toi kó tẻi dẻ hàn lí tai day dén ki...kog*
Can I have an itemized bill/a receipt?	**Tôi có thể lấy biên lai/hoá đơn chi tiết không?** *toi kó tẻi láy bi-uhn lai/hwá dur-n chi t í-uht kog*
I think there's a mistake.	**Tôi nghĩ có nhầm lẫn** *toi nĩ kó nàm lẫn*
I'll pay in cash/by credit card.	**Tôi sẽ trả bằng tiền mặt/bằng thẻ tín dụng.** *toi shẽ trả bàg tì-uhn mat/bàg tẻ tín zoog*

A service charge of 10% (VAT) is normally added to the hotel bill. Tipping is not expected, but tipping in advance does ensure better service. Most hotels offer porter services free of charge.

Renting

I reserved an apartment/a room.	**Tôi đã đặt một căn hộ/phòng.** *toi dã dat mot kan ho/fòg*
My name is...	**Tên tôi là...** *ten toi là...*
Can I have the keys?	**Tôi có thể lấy chìa khoá không?** *toi kó tẻi láy chìa kwá kog*
Are there...?	**Có... không?** *kó... kog*
dishes	**đĩa** *dĩa*
pillows	**gối** *gói*
sheets	**tấm trải giường** *tám trải jèw-urg*
towels	**khăn tắm** *kan tám*
kitchen utensils	**đồ dùng nhà bếp** *dò dòng nà bép*
When do I put out the bins/recycling?	**Khi nào tôi đổ rác/tái chế?** *ki nào toi dỏ rák/tái ché*
...is broken.	**... bị hư** *... bi hoor*
How does... work?	**Làm sao để... hoạt động?** *làm shao dẻ... hwat dog*
the air conditioner	**máy lạnh** *máy lan*
the dishwasher	**máy rửa chén** *máy rửr-a chén*
the freezer	**tủ đông** *tỏo dog*
the heater	**máy sưởi** *máy shèw-ur-i*
the microwave	**lò vi sóng** *lò vi shóg*
the refrigerator	**tủ lạnh** *tỏo lan*
the stove	**bếp lò** *bép lò*
the washing machine	**máy giặt** *máy jat*

Domestic Items

I need...	**Tôi cần** *toi kàn*
an adapter	**bộ chuyển đổi nguồn điện bo** *chỏo-in dỏi nòorn di-uhn*
aluminum foil	**giấy nhôm** *jáy nom*
a bottle opener	**đồ khui nắp chai dò** *koo-i náp chai*
a broom	**chổi** *chỏi*
a can opener	**đồ khui hộp** *dò koo-i hop*
cleaning supplies	**vật dụng dọn vệ sinh** *vat zoog zon vei shin*
a corkscrew	**đồ mở nút chai** *dò mủr noót chai*
detergent	**bột giặt** *bot jat*
dishwashing liquid	**nước rửa chén** *néw-urk rửr-a chén*
bin bags	**túi nhựa** *tóo-i nur-a*
a lightbulb	**bóng đèn** *bóg dèn*
matches	**que diêm** *kwe di-uhm*
a mop	**giẻ lau** *jẻ la-oo*
napkins	**khăn ăn** *kan an*
paper towels	**Khăn giấy lau tay** *kan jáy la-oo tay*
plastic wrap [cling film]	**Màng bọc thức ăn [giấy bóng]** *màg bok túr-k an [jáy bóg]*
a plunger	**ống bơm** *óg bur-m*

| scissors | **Kéo** *kéh-ao* |
| a vacuum cleaner | **máy hút bụi** *máy hóot boo-i* |

For Oven Temperatures, see page 167.

At the Hostel

Is there a bed available?	**Có giường không?** *kó jèw-urg kog?*
I'd like...	**Tôi muốn...** *toi móorn...*
a single/double room	**phòng đơn/đôi** *f òg dur-n/doi*
a blanket	**một cái chăn** *mot kái chan*
a pillow	**gối** *gói*
sheets	**tấm trải giường** *tám trải jèw-urg*
a towel	**khăn tắm** *kan tám*
Do you have lockers?	**Bạn có tủ có khoá không?** *ban kó tỏo kó kwá kog*
When do you lock up?	**Khi nào bạn khoá cửa?** *ki nào ban kwá kử-a*
Do I need a membership card?	**Tôi có cần thẻ thành viên không?** *toi kó kàn tẻ tàn vi-uhn kog*
Here's my international student card.	**Đây là thẻ sinh viên quốc tế của tôi.** *day là tẻ shin vi-uhn kwók té kỏo-a toi*

For Preferences, see page 41.

For Questions, see page 42.

Youth hostels can mostly be found in major cities such as Ha Noi and Ho Chi Minh City. The location, rooms and on-site facilites can often be excellent and offer great value, but it is advisable to view the room before agreeing to take it.

Going Camping

Can I camp here?	**Tôi có thể không?**	*toi kó tẻi kog*
Where's the campsite?	**nơi cắm trại ở đâu?**	*nur-i kám trai ử doh*
What is the charge per day/week?	**Giá mỗi ngày/tuần là bao nhiêu?**	*já mỗi gày/tòo-uhn là bao ni-yoh*
Are there…?	**Có…?**	*kó…*
cooking facilities	**vật dụng nấu ăn**	*vat zoog nóh an*
electric outlets	**ổ cắm điện**	*ỏ kám di-uhn*
laundry facilities	**phòng giặt ủi**	*fòg jat ỏo-i*
showers	**phòng tắm**	*fòg tám*
tents for hire	**lều cho thuê**	*lày-oo cho thoo-ei*
Where can I empty the chemical toilet?	**Tôi có thể đổ nhà vệ sinh lưu động ở đâu?**	*toi kó tẻi dỏ nà vei shin lur-ew dog ử doh*

For Domestic Items, see page 46.

YOU MAY SEE…

nước uống	drinking water
cấm cắm trại	no camping
cấm lửa/nướng	no fires/barbecues

ESSENTIAL

Where's an internet cafe?	**Internet cafe ở đâu?** *internet cafe ủr doh*
Can I access the internet/check my e-mail?	**Tôi có thể vào internet/kiểm tra email không?** *toi kó tẻi vào internet/ki-uhm tra email kog*
How much per half hour/hour?	**Bao nhiêu cho nửa giờ/một giờ?** *bao ni-yoh cho nử-a jùr/mot jùr*
How do I connect/ log on?	**Tôi có thể kết nối/đăng nhập bằng cách nào?** *toi kó tẻ két nói/dag nap bàg kák nào*
A phone card, please.	**Cho một thẻ điện thoại.** *cho mot tẻ di-uhn twai*
Can I have your phone number?	**Tôi có thể xin số điện thoại của bạn không?** *toi kó tẻi sin shó di-uhn twai kỏo-a ban kog*
Here's my number/ e-mail.	**Đây là số điện thoại/email của tôi.** *day là shó di-uhn twai/email kỏoa toi*
Call me.	**Hãy gọi cho tôi.** *hãy goi cho toi*
E-mail me.	**Hãy nhắn tin cho tôi.** *hãy nán tin cho toi*
Hello. This is…	**Xin chào. Đây là…** *sin chào. Day là…*
Can I speak to…?	**Tôi có thể nói với…không?** *toi kó tẻi nói vúr-i… kog*
Can you repeat that?	**Bạn có thể lặp lại không?** *ban kó tẻi lap lai kog?*
I'll call back later.	**Tôi sẽ gọi lại sau.** *toi shẽ goi lai sha-oo*
Bye.	**Tạm biệt.** *tam bi-uht*
Where's the post office?	**Bưu điện ở đâu?** *bur-ew dien ủr doht*
I'd like to send this to…	**Tôi muốn gửi thứ này đến…** *toi móorn gử-i tóor này dén…*

Online

Where's an internet cafe?	**Internet cafe ở đâu?**	*internet cafe ử doh*
Does it have wireless internet?	**Có internet không dây không?**	*kó internet kog zay kog*
What is the WiFi password?	**Mật mã WiFi là gì?**	*mat mã WiFi là jì*
Is the WiFi free?	**WiFi có miễn phí không?**	*wiFi kó mī-uhn fí kog*
Do you have bluetooth?	**Bạn có bluetooth không?**	*ban kó bluetooth kog*
Can you show me how to turn on/off the computer?	**Bạn có thể chỉ tôi cách mở/tắt máy vi tính không?**	*ban kó tẻi chỉ toi kák mủr/tát máy vi tín kog*
Can I...?	**Tôi có thể ...không?**	*toi kó tẻi... kog*
access the internet	**vào mạng**	*vào mag*
check my e-mail	**kiểm tra email**	*kỉ-uhm tra email*
print	**in**	*in*
plug in/charge my laptop/iPhone/iPad/BlackBerry?	**sạc pin cho máy tính xách tay/iPhone/iPad/BlackBerry?**	*shak pin cho máy tín sák tay/iPad/BlackBerry*
access Skype?	**vào Skype?**	*vào Skype*
How much per half hour/hour?	**Bao nhiêu cho nửa giờ/một giờ?**	*bao ni-yoh cho nửr-a jùr/mot jùr*

YOU MAY SEE...

đóng	close
xoá	delete
email	e-mail
thoát	exit
trợ giúp	help
tin nhắn nhanh	instant messenger
internet	internet
đăng nhập	log in
(tin nhắn) mới	new (message)
mở/tắt	on/off
mở	open
in	print
lưu lại	save
gửi	send
tên người dùng/mật mã	username/password
internet không dây	wireless internet

How do I...?	**Tôi có thể ... bằng cách nào?**	*toi kó tẻ ... bàg kák nào*
connect/disconnect	**kết nối/tắt kết nối**	*két nói/tat két nói*
log on/off	**đăng nhập/thoát**	*dag nap/twát*
type this symbol	**đánh ký hiệu này**	*dán kí hi-yoh này*
What's your e-mail?	**Email của bạn là gì?**	*email kỏoa ban là jì*
My e-mail is...	**Email của tôi là...**	*email kỏoa toi là...*
Do you have a scanner?	**Bạn có máy scan không?**	*ban kó máy scan kog*

Social Media

Are you on Facebook/ Twitter?	**Bạn có Facebook/Twitter không?** *ban kó Facebook/Twitter kog*
What's your username?	**Tên người dùng của bạn là gì?** *ten gèw-ur-i zòog kỏoa ban là jì*

I'll add you as a friend.	**Tôi sẽ kết bạn với bạn.** *toi shẽ két ban vúr-i ban*
I'll follow you on Twitter.	**Tôi sẽ theo bạn trên Twitter.** *toi shẽ teh-ao ban tren Twitter*
Are you following...?	**Bạn có theo...?** *ban kó teh-ao...*
I'll put the pictures on	**Tôi sẽ đăng hình trên Facebook/Twitter.** *toi shẽ dag hìn tren Facebook/Twitter*
I'll tag you in the pictures.	**Tôi sẽ tag bạn trên hình.** *toi shẽ tag ban tren hìn*

Phone

A phone card/prepaid phone, please.	**Cho một thẻ điện thoại/thẻ trả trước.** *cho mot tẻ di-uhn twai/tẻ trả tréew-urk*
How much?	**Bao nhiêu...?** *bao ni-yoh...*
Where's the pay phone?	**Điện thoại trả tiền ở đâu?** *di-uhn twai trả tì-uhn ủr doh*
What's the area country code for...?	**Mã quốc gia của... là gì?** *mã kwók ja kỏo-a... là jì*
What's the number for Information?	**Số điện thoại xin thông tin là gì?** *shó di-uhn twai sin tog tin là jì*
I'd like the number for...	**Tôi muốn số điện thoại của...** *toi móorn shó di-uhn twai kỏo-a...*
I'd like to call collect [reverse the charges].	**Tôi muốn thực hiện cuộc gọi do người nhận thanh toán.** *toi móorn tur-k hi-uhn koor-k goi zo gèw-ur- nan tan twán*
My phone doesn't work here.	**Điện thoại của tôi không hoạt động ở đây.** *di-uhn twai kỏoa toi kog hwat dog ủr day*
What network are you on?	**Bạn dùng network gì?** *ban zòog network jì*
Is it 3G?	**3G phải không?** *ba-gùrh fải ko*
I have run out of credit/minutes.	**Tôi đã hết tiền/phút.** *toi dã hét tì-uhn/fóot*

Can I buy some credit?	**Tôi có thể mua thêm phút không?**
	toi kó tẻi mooa tem fóot kog
Do you have a phone charger?	**Bạn có đồ sạc điện thoại không?**
	ban kó dò shak di-uhn twai kog
Can I have your number?	**Tôi có thể có số điện thoại của bạn không?**
	toi kó tẻi kó shó di-uhn twai kỏoa ban kog
Here's my number.	**Đây là số điện thoại của tôi.**
	day là shó di-uhn twai kỏoa toi
Please call/text me.	**Hãy gọi/nhắn tin cho tôi.** *hãy goi/nán tin cho toi*
I'll call/text you.	**Tôi sẽ gọi/nhắn tin cho bạn.** *toi shẽ goi/nán tin cho ban*

For Numbers, see page 161.

You can make local calls from your hotel room or from any telephone booth, usually with a phone card. Alternatively, you can make phone calls at post offices and/or from post office agents. International and collect calls [reverse charge calls] can be made from your room and most hotels have direct-dial international services. If you make a phone call from your room, the hotel may charge a handling fee.

Telephone Etiquette

Hello. This is…	**Xin chào. Đây là…** *sin chào. day là…*
Can I speak to…?	**Tôi có thể nói với…không?** *toi kó tẻi nói vúr-i… kog*
Extension…	**Số nội bộ.** *shó noi bo*
Speak louder/more slowly, please.	**Xin nói to hơn/chậm hơn.** *sin nói to hur-n/cham hur-n*
Can you repeat that?	**Bạn có thể lặp lại không?** *ban kó tẻi lap lai kog*
I'll call back later.	**Tôi sẽ gọi lại sau.** *toi shẽ goi lai sha-oo*
Bye.	**Tạm biệt.** *tam bi-uht*

YOU MAY HEAR…

Ai đang gọi ạ? *ai dag goi a*	Who's calling?
Xin chờ. *sin chùr*	Hold on.
Tôi sẽ chuyển máy cho anh/cô ấy. *toi shẽ chỏo-in máy cho an/ko áy*	I'll put you through to him/her.
Anh/Cô ấy đang ở đường dây khác. *an/Ko áy dag ủr dèw-urg day kák*	He/She is not here/on another line.
Bạn có muốn để lại tin nhắn không? *ban kó móorn dẻ lai tin nán kog*	Would you like to leave a message?
Xin gọi lại sau mười phút. *sin goi lai sha-oo mèw-ur- fóot*	Call back later/in ten minutes.
Anh/Cô ấy có thể gọi lại sau cho bạn không? *an/Ko áy kó tẻi goi lai sha-oo cho ban kog*	Can he/she call you back?
Số điện thoại của bạn là gì? *shó di-uhn twai kỏo-a ban là gì*	What's your number?

Fax

Can I send/receive a fax here?	**Tôi có thể gởi/nhận fax ở đây không?** *toi kó tẻi gử-i/nan fax ử day kog*
What's the fax number?	**Số fax của bạn là gì?** *shó fax kôo-a ban là jì*
Please fax this to...	**Xin gởi fax đến...** *sin gử-i fax dén...*

Post

Where's the post office/mailbox?	**Bưu điện/hộp thư ở đâu?** *bur-ew dien/hop toor ử doh*
A stamp for this postcard/letter to...	**Mua tem cho bưu thiếp/thư này gởi đến...** *moo-a tem cho bur-ew tí-uhp/tur này gử-i dén...*
How much?	**Bao nhiêu...?** *bao ni-yoh...*
Send this package by airmail/express.	**Gởi hàng đường hàng không/cấp tốc.** *gử-i hàn dèw-urg hàg kog/káp tók*
A receipt, please.	**Xin cho hoá đơn** *sin cho hwá dur-n*

YOU MAY HEAR...

Sin dì-uhn vào tùr ka-i hả-i kwan.
xin điền vào tờ khai hải quan

Fill out the customs declaration form.

Zá tri bao ni-yoh? *giá trị bao nhiêu*

What's the value?

Kó gì ben trog? *có gì bên trong*

What's inside?

Post offices are open Monday to Friday, from 7:00 a.m. to 9:00 p.m. Some also open on Saturday mornings. Many post-office agents can be found in major cities. They function just like post offices but are open every day of the week. Some large hotels also have postal service desks that stay open seven days a week.

Food & Drink

ESSENTIAL

Can you recommend a good restaurant/ bar?	**Bạn có thể giới thiệu một nhà hàng/quán rượu ngon không?** *ban kó tẻ júr-i ti-yoh mot nà hàg/ kwán rew-uru gon kog*
Is there a traditional/ an inexpensive restaurant nearby?	**Có nhà hàng truyền thống/không mắc tiền nào gần đây không?** *kò nà hàng tròo-in tóg/kog mak tì-uhn nào gàn day kog*
A table for…, please.	**Xin cho một bàn cho…** *sin cho mot bàn cho…*
Can we sit…?	**Chúng tôi có thể ngồi…?** *choóg toi kó tẻi gòi…*
here/there	**đây/kia** *day/kia*
outside	**bên ngoài** *ben nwài*
in a non-smoking area	**khu vực không hút thuốc** *koo vur-k kog hóot tóork*
I'm waiting for someone.	**Tôi đang chờ bạn.** *toi dag chùr ban*
Where are the toilets?	**Phòng tắm [nhà vệ sinh] ở đâu?** *fòg tám [nà ve shin] ủr doh*
The menu, please.	**Cho xem thực đơn.** *cho sem tur-k dur-n*
What do you recommend?	**Bạn có giới thiệu món gì không?** *ban kó júr-i ti-yoh món gì kog*
I'd like…	**Tôi muốn…** *toi móorn…*
Some more…, please.	**Vui lòng thêm…** *voo-i lòg tem…*
Enjoy your meal!	**Chúc ăn ngon miệng!** *chóok gon mi-uhg*
The check [bill], please.	**Vui lòng cho xem hóa đơn.** *voo-i lòg cho sem hwá durn*
Is service included?	**Có bao gồm dịch vụ không?** *kó bao gòm zik voo kog*
Can I pay by credit card/have a receipt?	**Tôi có thể trả bằng thẻ tín dụng/nhận biên lai không?** *toi kó tẻi trả bàg tẻ tín zoog/nan bi-uhn lai kog*

Where to Eat

Can you recommend...?	**Bạn có thể giới thiệu ...?**	*ban kó tẻi júr-i ti-yoh...*
a restaurant	**nhà hàng**	*nà hàg*
a bar	**quán rượu**	*kwán rew-uru*
a café	**quán cà phê**	*kwán kà fei*
a fast food place	**quán thức ăn nhanh**	*kwán túr-k an nan*
a cheap restaurant	**hà hàng giá rẻ**	*nà hàng já rẻ*
an expensive restaurant	**nhà hàng đắt tiền**	*nà hàng dat tì-uhn*
a restaurant with a good view	**nhà hàng có cảnh đẹp**	*nà hàng kó kản dep*
an authentic/a non touristy restaurant	**nhà hàng địa phương/không có khách du lịch**	*nà hàng dia few-urn/kog kó kák zoo lik*

Ha Noi, Ho Chi Minh, Hue and other large cities offer a great variety of restaurants with prices to suit every budget. It is also essential to visit the street-side stalls for a slice of authentic Vietnamese fare.

Reservations & Preferences

I'd like to reserve a table...	**Tôi muốn đặt ...** *toi móorn dat...* **một bàn...** *mot bàn...*
for two	**cho hai người** *cho hai gèw-ur-i*
for this evening	**vào tối nay** *và-o tói nay*
for tomorrow at...	**ngày mai lúc ...** *gày mai lóok ...*
A table for two, please.	**Vui lòng lấy một bàn cho hai người.** *voo-i lòng láy mot bàn cho hai gèw-ur-i*
I have a reservation.	**Tôi có đặt chỗ.** *toi kó dat chõ*
My name is...	**Tên tôi là...** *ten toi là...*
Can we sit...?	**Chúng tôi có thể ngồi ... không?** *chóog toi kó tẻ gòi ... kog*
here/there	**đây/kia** *day/kia*
outside	**bên ngoài** *ben gwà-i*
in a non-smoking area	**trong khu vực không hút thuốc lá** *trog koo voork kog hóot tóork lá*
by the window	**cạnh cửa sổ** *kan kử-a shỏ*
in the shade	**trong bóng** *trog bóg*
in the sun	**dưới nắng** *déw-ur-i nág*
Where are the toilets?	**Phòng tắm [nhà vệ sinh] ở đâu?** *fòg tám [nà ve shin] ửr doh*

YOU MAY HEAR...

Bạn có đặt trước không?
ban kó dat chõ téw-urk kog
Do you have a reservation?

Bao nhiêu? *bao ni-yoh*
How many?

Hút thuốc hay không hút thuốc?
hóot tóork hay kog hóot tóork
Smoking or non-smoking?

Ông đã sẵn sàng gọi món chưa?
og dã shãn shàg goi món chur-a
Are you ready (to order)?

Ông muốn dùng gì? *og móorn zòog gì*
What would you like?

Tôi để nghị... *toi dè gi...*
I recommend...

Chúc ngon miệng. *chóok gon mi-uhg*
Enjoy your meal.

How to Order

Excuse me, sir/ma'am?	**Xin lỗi, ông/bà?** *sin lõi og/bà*
We're ready (to order).	**Chúng tôi sẵn sàng (để đặt).** *chóog toi sãn sàg (dè dat)*
The wine list, please.	**Vui lòng cho tôi xem danh sách rượu?** *voo-i lòg cho toi sem zan shák rew-uru*

I'd like…	**Tôi muốn…** *toi móorn…*	
a bottle of…	**một chai…** *mot chai*	
a carafe of…	**một bình …** *mot bìn*	
a glass of…	**một ly…** *mot li*	
The menu, please.	**Cho xem thực đơn.** *cho sem tur-k dur-n*	
Do you have…?	**Bạn có… không?** *ban kó… kog*	
a menu in English	**thực đơn bằng tiếng Anh** *tur-k dur-n bag tí-uhg An*	
a fixed price menu	**thực đơn giá cố định** *tur-k dur-n já kó din*	
a children's menu	**thực đơn cho trẻ em** *tur-k dur-n cho trẻ em*	
What do you recommend?	**Bạn có giới thiệu món gì không?** *ban kó júr-i ti-yoh món gì kog*	
What's this?	**Cái này là cái gì?** *kái này là kái jì*	

Utensils may be available in Western and upscale restaurants, but in most cases, you will only be offered chopsticks and spoons. It is customary to bring the bowl up to your lips before eating rice with chopsticks. When finished, always place the chopsticks on the provided holder, or against the rims of a plate, but never place them across the bowl, as this is a bad omen according to local superstition.

What's in it?	**Trong này có cái gì?** *trong này kó kái jì*
Is it spicy?	**Cái này cay không?** *kái này kay kog?*
Without…, please.	**Xin đừng cho…** *sin dòorg cho…*
It's to go [take away].	**Mang về.** *mag vèi*

For Drinks, see page 82.

YOU MAY SEE…

tiền phải trả *tì-uhn fải trả*	cover charge
giá cố định *já kó din*	fixed price
thực đơn (của ngày) *tur-k dur-n (kỏo-a gày)*	menu (of the day)
(không) bao gồm phục vụ (kog)	service (not) included
bao gòm fook voospecials đặc biệt dak bi-uht	

Cooking Methods

baked	**nướng đút lò** *néw-urg dut lò*
barbecued	**nướng** *néw-urg*
boiled	**luộc** *loork*
braised	**om** *om*
breaded	**có vỏ bánh mì** *kó vỏ bán mì*

creamed	**có kem**	kó kem
diced	**thái**	tái
filleted	**thịt lườn**	tit lèw-urn
fried/deep-fried	**rán/chiên**	rán/chi-uhn
grilled	**nướng**	néw-urg
poached	**kho, rim**	ko, rim
roasted	**nướng, quay**	néw-urg, kwai
sautéed	**áp chảo**	áp chào
smoked	**xông khói**	sog kói
steamed	**hấp**	háp
stewed	**hầm, ninh**	hàm, nin
stir-fried	**xào**	sà-o
stuffed	**nhồi**	nòi

Dietary Requirements

I'm…	**Tôi…**	toi …
diabetic	**bệnh tiểu đường**	ben tỉ-yoh dèw-urg
lactose intolerant	**không dung nạp lactose**	kog zoog nap lactose
vegetarian	**ăn chay**	an chay
vegan	**ăn chay trường**	an chay trèw-urg
I'm allergic to…	**Tôi dị ứng với…**	toi zi óorg vúr-i …

I can't eat…	**Tôi không ăn được…**
	toi kog an dew-urk…
dairy products	**sản phẩm từ sữa** *shản fảm tòor shữr-a*
gluten	**gluten** *gluten*
nuts	**đậu phộng** *doh fog*
pork	**thịt heo** *tit heh-ao*
shellfish	**hải sản có vỏ** *hải shản kó vỏ*
spicy foods	**thức ăn cay** *túr-k an kay*
wheat	**lúa mì** *lóo-a mì*
Is it halal/kosher?	**Có đúng luật đạo Hồi/Do Thái không?**
	kó dúg loo-uht dao Hòi/Zo Tái kog
Do you have…?	**Bạn có…?** *ban kó…*
skimmed milk	**sữa không kem** *shữr-a kog kem*
whole milk	**sữa nguyên chất** *shữr-a noo-in chát*
soya milk	**sữa đậu nành** *shữr-a doh nàn*

Dining with Children

| Do you have children's portions? | **Bạn có khẩu phần cho trẻ em không?** *ban kó kổh fàn cho trẻ em kog* |
| A highchair/child's seat, please. | **Chúng tôi muốn một ghế cho trẻ em.** *kóog toi móorn mot gé cho trẻ em* |

Where can I feed the baby?	**Tôi có thể cho con tôi bú ở đâu?**
	toi kó tẻ cho kon toi bóo ủr doh
Where can I change the baby?	**Tôi có thể thay quần áo cho con tôi ở đâu?**
	toi kó tẻ tay kwàn á-o cho kon toi ủr doh
Can you warm this?	**Bạn có thể hâm nóng lên không?**
	ban kó tẻi ham nóg len kog

How to Complain

When will our food be ready?	**Còn bao lâu nữa thì thức ăn của chúng tôi mới được mang ra?** *kòn bao loh nựr-a tì tóork an kỏo-a chóóg toi múr-i dew-urk mag ra*
We can't wait any longer.	**Chúng tôi không** thể chờ thêm nữa. *chóóg toi kog tẻ chòr tem nựr-a*
We're leaving.	**Chúng tôi đi đây.** *chóóg toi di day*
I didn't order this.	**Đó không phải là món tôi yêu cầu.** *dó kog fải là món toi i-uhu kòh*
I ordered...	**Tôi muốn gặp ...** *toi móorn gap ...*
I can't eat this.	**Tôi không thể nuốt được món này.** *toi kog tẻ nóort dew-urk món này*
This is too...	**Món này quá...** *món này kwá...*
cold/hot	**lạnh/nóng** *lan/nóg*
salty/spicy	**mặn/cay** *man/kay*
tough/bland	**quá dai/nhạt** *kwá zai/nat*
This isn't clean/fresh.	**Đồ không tươi/sạch.** *dò kog tew-ur-i/shak*

Although tipping is becoming more common in some areas, it's officially discouraged. An amount of 10% (VAT) is added to the bill in upscale establishments.

Paying

The check [bill], please.	**Vui lòng cho xem hóa đơn.** *voo-i lòg cho sem hwá durn*
Separate checks [bills], please.	**Xin cho hóa đơn [biên lai] riêng.** *sin cho hwá dur-n [bi-uhn lai] ri-uhg*
It's all together.	**Tất cả lại với nhau.** *tát kà lai vúr-i na-oo*
Is service included?	**Có bao gồm dịch vụ không?** *kó bao gòm zik voo kog*
What's this amount for?	**Số tiền này là cho cái gì?** *shó tì-uhn này là cho ká-i gì*
I didn't have that.	**Tôi không dùng cái đó.** *tôi kog dùng ká-i dó*
I had…	**Toi kog zòog…** *toi kog zòog…*
Can I have a receipt/ an itemized bill?	**Tôi có thể lấy biên lai / hoá đơn chi tiết không?** *toi kó tẻi láy bi-uhn lai / hwá dur-n chi t í-uht kog*
That was delicious!	**Rất ngon!** *rát gon*
I've already paid	**Tôi đã trả tiền rồi.** *toi dã trả tì-uhn rời*

Breakfast

Hotels serve Western-style breakfast between 8:00 and
10:00 a.m. A traditional Vietnamese breakfast usually consists of
noodles, porridge and buns that come in an assortment of flavors, with
vegetables as a side dish.

Lunch

In hotels, lunch is generally served from 11:30 a.m. to 2:00 p.m., but
restaurants may serve from as early as 11:00 a.m.

Dinner

In hotels, dinner is generally served between 7:00 and 9:30 p.m.
However, restaurant times do vary: in some areas, restaurants may
start serving at 4:00 p.m. and finish by 8:00 p.m.

At banquets or set meals, different soups will be served over the spread
of the entire meal. The main soup is often served at the beginning.
Starters are not a cultural tradition in Vietnam.

Breakfast

Bacon	**thịt muối**	*tit móori*
Bread	**bánh mì**	*bán mì*
butter	**bơ**	*bur*
cheese	**phô mai**	*fo mai*
. . . coffee/tea	**cà phê/trà. . .**	*kà-fei/trà*
Black	**đen**	*den*
Decaf	**không caffein**	*kog ka-fei-in*
tea/coffee. . .	**trà/cà phê. . .**	*trà/kà-fei*
with milk	**với sữa**	*vúr-i shũr-a*

with sugar	**với đường** *vúr-i dèw-urg*
with artificial sweetener	**với đường nhân tạo** *vúr-i dèw-urg nan tao*
cold/hot cereal	**ngũ cốc lạnh/nóng** *gõo kók lan/nóg*
cold cuts	**thịt nguội** *tit goori*
...egg	**trứng** *tróorg...*
hard/soft boiled	**sôi kỹ/sôi vừa** *shoi kĩ/shoi vùr-a*
fried	**chiên** *chi-uhn*
scrambled	**bác** *bák*
omelet	**trứng tráng** *tróorg trág*
French toast	**bánh mì nướng kiểu Pháp** *bán mì néw-urg kỉ-yoh Fáp*
jam/jelly	**mứt/thạch** *múr-t/tak*
...juice	**nước trái cây...** *new-úrk trái kay*
Orange	**cam** *kam*
Apple	**táo** *táo*
Grapefruit	**Bưởi** *Bẻw-ur-i*
granola [muesli]	**món granola [muesli]** *món granola [muesli]*
milk	**sữa** *shuir-a*
muffin	**bánh nướng xốp** *bán néw-urg*
oatmeal	**yến mạch** *í-uhn mak*

roll	**bánh mì nhỏ** *bán mì nỏ*
sausage	**xúc xích** *sóok sík*
toast	**bánh mì nướng** *bán mì néw-urg sóp*
water	**nước** *new-úrk*
yogurt	**sữa chua** *shũr-a chua*

Appetizers

cake	**bánh ngọt** *bán got*
cookies [biscuits]	**bánh quy** *bán kwi*
chocolate	**sôcôla** *shokola*
dumplings with a variety of fillings	**bánh bao luộc nhiều hương vị** *bán bao loork nì-yoh hew-urg vi*
French fries [chips]	**Khoai tây rán** *kwai tay rán*
hamburger	**thịt băm viên** *tit bam vi-uhn*
hot dog	**xúc xích** *sóok sík*
peanuts	**đậu phộng/lạc** *doh fog/lak*
potato chips [crisps]	**khoai tây rán** *kwai tay rán*
sandwich	**bánh sandwich** *bán sandwich*
spring rolls	**bánh kếp** *bán kép*

Soup

canh gà với ngô *kan gà vur-i go*	chicken and sweet corn soup
canh nóng *kan nóg*	hot soup
canh nấu với thịt *kan nóh vur-i*	assorted meat soup
hỗn hợp tit *hoın hurp*	served in a gourd
canh rau *kan ra-oo*	vegetable soup
canh yến *kan í-uhn*	swallow's nest soup
canh hải sản *kan hả-i shản*	seafood soup
canh nấm với *kan nám vúr-i*	chicken/pork and
thịt gà/lợn *tit gà/lurn*	mushroom soup
canh tỏi *kan tỏi*	garlic soup
canh hành *kan hàn*	onion soup
xúp mì *sóop mì*	noodle soup
canh hải sản *kan hả-i shản*	seafood soup
canh cá *kan ká*	fish soup
canh rau *kan ra-oo*	vegetable soup

Fish & Seafood

cá chép/trắm *cỏ ká chép/trám kỏ*	grass carp
cá trê *ká tre*	catfish
cá mú *ká móo*	sea bass

cá trích *ká trík*	herring
cá bơn *ká burn*	sole
cá thu *ká too*	mackerel/codfish
cá chỉ vàng đỏ *ká chỉ vàg dỏ*	red snapper
cá ngừ *ká gòor*	tuna
cá tuyết *ká too-yít*	cod
cá cơm *ká kurm*	whitebait
con hàu *kon hà-oo*	oysters
con trai *kon trai*	clams
bào ngư *bà-o goor*	abalone
sò *shò*	scallops
mực ống *moork óg*	baby squid
tôm *tom*	shrimp
tôm sú *tom shóo*	large shrimp [prawns]
tôm hùm *tom hòom*	lobster
con trai *kon trai*	mussels
bạch tuộc/mực phủ	octopus
bak toork/moork fỏo	
cá hồi *ká hò-i*	trout
tôm rán hoặc tôm kho	fried or braised shrimp
tom rán hwak tom ko	

Cá kho *ká ko*	braised fish
Cá kho/cá om *Ká ko/ka om*	whole fish braised with fish sauce, pepper, chili, seasoning, spring onions and ginger/garlic
Cá rán chua ngọt *ká rán choo-a got*	sweet and sour fried fish

Meat & Poultry

thịt *tit*	meat
thịt bò *tit bò*	beef
thịt lợn/thịt heo *tit lurn/tit heh-ao*	pork
thịt bê *tit be*	veal
chó *chó*	dog
gà *gà*	chicken
vịt *vit*	duck
ngan *gan*	goose
young pigeon *bò koh non*	young pigeon
cá *ká*	fish
hải sản *hả-i shản*	seafood

lươn *lew-urn*	eel
rắn *rúrn*	snake
thịt bò *tit bò*	beef
thịt chuột đồng *tit choort dòng*	field-mouse meat
thịt lợn *tit lurn*	pork
thịt mông/đùi *tit mog/dòo-i*	ham
thịt lợn xông khói *tit lurn sog kói*	bacon
thịt bê *tit be*	veal
thịt chó *tit chó*	dog meat
chim câu *chim koh*	spring pigeon
thịt lát *tit lát*	steak
gan *gan*	liver
cật/bầu dục *kat/bòh zook*	kidneys
dồi/lạp xưởng *zòi/lap sẻw-urg*	sausages
vịt *vit*	duck
gà tây *gà tay*	turkey
gà *gà*	chicken
ngan *gan*	goose
chim cút *chim kóot*	quail
chim bồ câu *chim bò koh*	pigeon

Vegetables & Staples

măng tây *mag tay*	asparagus
măng *mag*	bamboo shoots
đậu *doh*	beans
giá *zá*	bean sprouts
cải xanh *kả-i san*	broccoli
cải bắp *kả-i báp*	cabbage
cần tây *kàn tay*	celery
dưa chuột	cucumber
zur-a choort	
cà [cà tím] *kà [kà tím]*	eggplant [aubergine]
nấm *nám*	mushrooms
ớt (xanh) *ứrt (san)*	peppers (green)
đậu Hà Lan *doh-u hà lan*	snow peas [mangetout]
rau muống *ra-oo móorg*	spinach
hành tươi *hàn tew-ur-i*	spring onions
cà chua *kà choo-a*	tomatoes
rau cải xoong *ra-oo kả-i so-og*	watercress
trứng *tróorg*	eggs (general)
bánh mì *bán mì*	bread
gạo *ga-oo*	rice

cháo *chá-o*	rice porridge
bánh bao *bán bao*	dumplings
mì sợi/bánh đa *mì shur-i/bán da*	rice noodles
mì sợi* *mì shur-i*	wheat noodles
mì sợi* *mì shur-i*	egg noodles
cơm trắng *kurm trág*	cooked white rice
cơm chiên/*kurm chi-uhn,*	fried rice
cơm rang *kurm rag*	fried rice
cơm tám *kurm tám*	hulled rice
gạo nếp *gao nép*	glutinous rice
	sticky, short grain rice
mì sợi *mì shur-i*	wheat/cellophane noodles
mì sợi/bánh đa *mì shur-i/bán da*	rice noodles
bún *bóon*	soft noodles
bánh mì rán *bán mì rán*	fried breadsticks
bánh bao hấp *bán bao háp*	steamed buns
bánh mì cuộn *bán mì koorn*	steamed bread rolls
hấp hoặc ránh *háp hwak rán*	fried bread rolls
rau *rau*	vegetable(s)

* There is no distinction between wheat noodles and egg noodles in Vietnam.

Fruit

hoa quả *hwa kwả*	fruit (general)
táo *tá-o*	apple
chuối *chóor-i*	banana
nho *no*	grapes
dưa *zew-ur*	melon
quả bưởi *kwa bẻw-uri*	grapefruit
nhãn nẵn *longan*	a fruit that looks like a smaller variant of lychee
vải *vả-i*	lychees
xoài *swài*	mango
cam *kam*	orange
đào *dà-oo*	peach
lê *le*	pear
dứa *zéw-ur*	pineapple
mận *man*	plum
dâu tây *dâu tây*	strawberries
dưa hấu *zew-ur hó-uh*	watermelon
ổi *ỏ-i*	guava
mít *mít*	jack-fruit

Instead of sweets or cakes, the Vietnamese usually finish their meal with fruit. In general, sweets are eaten as snacks and are seldom available in restaurants. However, some upscale restaurants have added ice cream to their menus and a typical dessert can usually be found in Western-style hotels

Dessert

kem *kem*	ice cream
bánh xốp *bán sóp*	sponge cake
hoa quả *hwa kwả*	fruit
bánh putđinh *bán póotdin*	mango pudding
bánh kếp *bán kép*	pancakes
bánh nóng *bán nóg*	hot cakes
bánh hoa quả trứng *bán hwa qwả tróorg*	custard tarts
phó mát *fó mát*	cheese
sữa chua *sưr-a koo-a*	yogurt
kem *kem*	cream
sữa chua *đông lạnh*	frozen yogurt

Sauces & Condiments

Fish sauce	**nước mắm**	*néw-urk mám*
Ketchup	**tương cà**	*tew-urg kà*
Mustard	**tương mù tạc**	*tew-urg mòo tak*
Pepper	**tiêu**	*ti-yoh*
Salt	**muối**	*móori*
Soy (sauce)	**xì dầu**	*sì dòh*
Soybean paste	**tương**	*tew-urg*

At the Market

Where are the trolleys/baskets?	**Xe đẩy/giỏ ở đâu?** *se dảy/jò ử doh*
Where is…?	**… ở đâu?** *… ử doh*
I'd like some of that/this.	**Tôi muốn một ít cái kia/cái này.** *toi móorn mot ít kái kia/kái này*
Can I taste it?	**Tôi có thể nếm thử nó không?** *toi kó tẻi ném từr nó kog*
I'd like…	**Tôi muốn…** *toi móorn…*
a kilo/half kilo of…	**một ký/nửa ký…** *mot kí/nửr- kí…*
a liter of…	**một lít…** *mot lít…*

a piece of...	**một miếng...** *mot mí-uhg...*
a slice of...	**một lát...** *mot lát...*
More./Less.	**Nhiều hơn/Ít hơn.** *nì-yoh hur-n/Ít hur-n*
How much?	**Bao nhiêu tiền?** *bao ni-yoh tì-uhn*
Where do I pay?	**Tôi trả tiền ở đâu?** *toi trả tì-uhn ủr doh*
A bag, please.	**Xin đưa cái túi.** *sin dur-a kái tóo-i*
I'm being helped.	**Tôi đang được giúp đỡ.** *toi dag dew-urk jóop dữr*

For Conversion Tables, see page 166.

YOU MAY HEAR...

Tôi có thể giúp gì cho bạn không?
toi kó tẻi jóop jì cho ban kog

Can I help you?

Bạn muốn gì? *ban móorn jì*

What would you like?

Còn gì nữa không? *kòn jìnữr-a kog*

Anything else?

Nó ... đồng. *nó... dòg*

That's...dong.

YOU MAY SEE...

sử dụng theo ... *sử zoog theo*	best if used by...
calorie *calori*	calories
không chất béo *kog chất béo*	fat free
giữ *lạnh*	keep refrigerated
có thể có một chút *kó tẻi kó mọt chóot...*	may contain traces of...
có thể nấu trong *lò vi sóng*	microwaveable
bán bằng... *bán bàg*	sell by...

In the Kitchen

bottle opener	**đồ khui nắp chai** *dò koo-i náp chai*
bowl	**tô** *to*
can opener	**đồ khui hộp** *dò koo-i hop*
corkscrew	**đồ mở nút chai** *dò mửr noót chai*
cup	**cái chén** *ká-i chén*
fork	**chiếc nĩa** *chí-uhk nĩ-a*
frying pan	**chảo** *chảo*
glass	**cốc** *kók*

(steak) knife	**dao (cắt thịt)** *zao (kát tit)*
measuring cup/spoon	**ly/muỗng đo lường** *ly/mõorg do lèw-urg*
napkin	**khăn ăn** *kan an*
plate	**cái đĩa** *ká-i dĩ-a*
pot	**nồi** *nòi*
spatula	**dao bay** *dao bay*
spoon	**thìa** *tì-a*

In Ho Chi Minh and Ha Noi, you can find plenty of department stores and supermarkets which sell Western food products such as bread, cheese, coffee, jam, etc. Vietnamese people tend to shop at their local markets. In some major markets, you can also find some businesses peddling Western goods (be prepared to bargain).

Drinks

ESSENTIAL

The wine list/drink menu, please.	**Xin cho xem danh sách rượu.** *sin cho sem zan shák rew-uru*
What do you recommend?	**Anh để nghị nên dùng gì?** *an đèi ni nen dòog jì*
I'd like a bottle/glass of red/white wine.	**Tôi muốn một chai/cốc rượu vang đỏ/trắng.** *toi móorn mot chai/kók rew-uru vag đỏ/trág*
The house wine, please.	**Xin cho tôi rượu của nhà hàng.** *sin cho toi rew-uru cỏo-a nà hàg*
Another bottle/glass, please.	**Xin thêm một chai/cốc.** *sin them mot chai/kók*
I'd like a local beer.	**Tôi muốn dùng bia địa phương.** *toi móorn dòog bia dia few-urg*
A..., please.	**Cho một....** *cho mot...*
Can I buy you a drink?	**Tôi có thể mua nước uống cho bạn không?** *toi kó tểi mooa néw-urk óorg cho ban kog*
Cheers!	**chúc mừng!** *chóok mòorg*
A coffee/tea, please.	**Cho một cà phê.** *cho mot kà fe*
Black.	**Đen.** *den*
With...	**Với...** *vúr-i...*
milk	**sữa** *shuịr-a*
sugar	**đường** *dèw-urg*
artificial sweetener	**đường nhân tạo** *dèw-urg nan tao*
A..., please.	**Cho một....** *cho mot...*
juice	**nước hoa quả** *new-úrk hwa kwả*
soda	**xô-đa** *so-da*
sparkling water	**nước xô-đa** *new-úrk so-da*
still water	**nước không có ga** *new-úrk kog kó ga*

Tea is a favorite drink in Vietnam, with green tea topping the list. It can be served hot or cold. Black tea is actually literally called "red" tea in Vietnamese. Coffee is not as popular but can be found in snack bars and Western-style restaurants. Instant coffee can be bought in supermarkets.

Non-alcoholic Drinks

black tea	**trà đen** *trà den*
coconut milk	**nước dừa** *new-úrk dùr-a*
coffee	**cà phê** *kà fe*
green tea	**trà xanh** *trà san*

Except in the main tourist areas, public restrooms [toilets] are not always easy to find and the majority are not well maintained; the facilities in hotels or Western fastfood restaurants are usually a better bet. Remember to bring your own tissue paper with you when using public restrooms.

jasmine tea	**trà hoa nhài**	*trà hwa nà-i*
lemonade	**nước chanh**	*new-úrk chan*
(sparkling/still) water	**nước (xô-đa/không có ga)**	
	new-úrk (so-da/kog kó ga)	
juice	**nước hoa quả**	*new-úrk hwa kwả*
milk	**sữa**	*shuir-a*
soda	**xô-đa**	*so-da*
(iced) tea	**trà (đá)**	*trà (dá)*

YOU MAY HEAR...

Tôi có thể mang nước cho bạn không?	Can I get you a drink?
Toi kó tẻi mag new-úrk cho ban kog?	
Với sữa hay đường?	With milk or sugar?
Vúr-i sh shữr-a hay dèw-urg?	
Nước xô-đa hay nước không có ga?	Sparkling or still water?
New-úrk so-da hay new-úrk kog kó ga?	

Aperitifs, Cocktails & Liqueurs

Brandy	**rượu mạnh** *rew-uru man*
gin	**gin** *gin*
rum	**rượu rum** *rew-uru rum*
scotch	**rượu scotch** *rew-uru scotch*
tequila	**rượu tequila** *rew-uru tequila*
vodka	**vodka** *vótka*
whisky	**whisky** *whisky*

Beer is the second most popular drink in Vietnam after tea.
The local beers are relatively affordable and refreshing. Hanoi
and Huda beers are the most popular beers in Northern and Central
Vietnam, while Saigon beer is the favorite in the South. On better
menus you'll also find some of the best beers from Asia, Australia
and Europe. Each region has its own wine or liquor, often very strong,
fermented from local fruits or rice. There are also many varieties of rice
wine — these are usually colorless and often very potent. There are
also regional variations of brandies but all of them are generally potent
and emit a strong scent.

Beer

...beer	**bia...** *bi-a*
bottled/draft	**bia chai/***bia hơi bi-a hur-i*
dark/light	**nặng/***nhẹ nag/ne*
lager/pilsener	**bia Đức/bia Séc** *bia Dúr-k/bia Sék*
local/imported	**địa phương/nhập khẩu** *dia few-urg/nap kôh*
non-alcoholic	**không cồn** *kog kòn*

Wine

...wine	**rượu...** *rew-uru*
red	**vang đỏ rew-uru** *vag dỏ*
white	**rượu vang** *trắng vag trág*
house/table	**nhà/bàn** *nà/bàn*
dry/sweet	**khô/ngọt** *ko/got*
sparkling	**xô-đa** *so-da*
champagne	**sâm panh** *sham pan*
dessert wine	**rượu tráng miệng** *rew-uru tráng mi-uhg*
rice wine	**rượu gạo** *rew-uru gao*

Each region has its own specialties and every dish has its own distinctive flavors that are unique to the local area.

Northern Vietnamese cuisine tends to favor dishes that are not too salty, sour and hot. Some of the specialties of this region include noodles served with beef/chicken and steamed rolled rice pancakes, and dog meat.

Southern cuisine lends itself to a sweeter, more peppery palate. The specialties of this region range from noodles with seasoned and sautéed beef (served hot and with other ingredients) to fried dumplings and rice pancakes folded in half and filled with a mixture of shrimp, pork meat and bean sprouts.

The Central Vietnamese cuisine boasts salty, peppery dishes. Local delicacies in this region include rice or noodles with mussels, fern-shaped cakes and cassava starch cakes.

Although each region has its different specialties, a simple bowl of fish sauce and rice is commonpace with almost every Vietnamese meal, no matter where you are. Amidst the festivities that take place during the Tet holiday period, the glutinous rice squares which can be found in street stalls are another national favorite.

On the Menu

bánh *bán*	cake
bánh bao *bán bao*	dumplings
bánh bao hấp *bán bao háp*	steamed buns
bánh bao luộc nhiều hương vị *bán bao loork nì-yoh hew-urg vi*	dumplings with a variety of fillings
bánh chưng/bánh giày *bán choorg/bán zày*	square glutinous rice cake/rice pie
bánh hoa quả trứng *bán hwa qwả tróorg*	custard tarts
bánh kếp *bán kép*	pancakes
bánh mì *bán mì*	bread
bánh mì cuộn *bán mì koorn*	steamed bread rolls
bánh mì nướng kiểu Pháp *bán mì néw-urg kỉ-yoh Fáp*	French toast
bánh mì rán *bán mì rán*	fried breadsticks
bánh nóng *bán nóg*	hot cakes
bánh putđinh *bán póotdin*	mango pudding
bánh sandwich *bán shanwik*	sandwich
bánh xốp *bán sóp*	sponge cake
bơ *bo*	butter
bò áp chảo *bò áp chả-o*	sautéed beef
bơ thực vật *bo toork vat*	margarine
bún *bóon*	soft noodles
cà chua *kà choo-a*	tomatoes
cà tím *kà tím*	eggplant [aubergine]
cải bắp *kả-i báp*	cabbage
cải xanh *kả-i san*	broccoli
cần tây *kàn tay*	celery
canh cá *kan ká*	fish soup

canh gà rượu vàng *kan gà rew-uru vàng*	chicken broth with sherry
canh hải sản *kan hả-i shản*	seafood soup
canh hành *kan hàn*	onion soup
canh măng *kan mag*	bamboo sprout soup
canh măng thịt lợn/ngan hoặc/thịt ga *kan mag tit lurn/gan hwak/tit gà*	bamboo shoot soup with pork, goose or chicken
canh rau *kan ra-oo*	vegetable soup
canh rau thịt *kan ra-oo tit*	meat and vegetable broth
canh tỏi *kan tỏi*	garlic soup
cháo *chá-o*	rice porridge
cơm chiên/cơm rang *kurm chi-uhn/kurm rag*	fried rice with eggs, onions, garlic, pepper, and bits of pork/shrimp/chinese sausage
cơm chiên *kurm chi-uhn*	fried rice
cơm rang *kurm rag*	fried rice
cơm tám *kurm tám*	hulled rice
cơm trắng *kurm trág*	white rice
côtlet *kotlet*	cutlet
đậu *doh*	beans
đậu Hà Lan *doh-u hà lan*	snow peas [mangetout]
đậu phụ *doh foo*	tofu

đậu phụ nhồi thịt *doh foo nò-i tit*	tofu stuffed with meat
đậu phụ rán/luộc *doh foo rán/loork*	fried/boiled tofu
dâu tây *zoh tai*	strawberry
đồ ăn chay *dò an chay*	a vegetarian dish that is a favorite of monks, it contains a variety of stir fried vegetables and bean curd
dưa chuột *zur-a choort*	cucumber
gà quay hoặc nướng *gà kway hwak néw-urg*	roast or grilled chicken
gạo *ga-oo*	rice
gạo nếp *gao nép*	glutinous rice
	sticky, short grain rice
giá *zá*	bean sprouts
giò lụa *zò loo-a*	lean pork paste
hành tươi *hàn tew-ur-i*	spring onions
hấp hoặc ránh *háp hwak rán*	fried bread rolls
hoa quả *hwa kwả*	fruit
kem *kem*	cream
kem *kem*	ice cream
khúc thịt/khúc cá *kóok tit/kóok ká*	fillet steak
lát thăn bò *lát tan bò*	sirloin steak
lát mông bò *lát mog bò*	rump steak
lòng ruột gà hoặc vịt *lòg roort gà hwak vit*	inner organs of chicken and duck
lươn *lew-urn*	eel
măng *mag*	bamboo shoots
măng tây *mag tay*	asparagus
mì sợi/bánh đa *mì shur-i/bán da*	rice noodles
mì sợi* *mì shur-i*	wheat noodles
mì sợi* *mì shur-i*	egg noodles

* There is no distinction between wheat noodles and egg noodles in Vietnam.

mì sợi *mì shur-i*	wheat/cellophane noodles
mì sợi/bánh đa *mì shur-i/bán da*	rice noodles
mì xào (thịt, hải sản, rau)	stir-fried noodles with
mì sà-o (tit, ha-ˀi shản, ra-oo)	meat, seafood, or vegetables
món ca ri *món kà ri*	curry
nấm *nám*	mushrooms
nem cuốn *nem kóorn*	spring roll
nem rán *nem rán*	fried meat roll
nước mắm *new-úrk mám*	fish sauce
ớt (xanh) *ửrt (san)*	peppers (green)
phần xương chưi T *fàn sew-urg choior te*	T-bone steak
phở (bo/gà) *fửr (bò, gà)*	noodles served with beef/chicken
phó mát *fó mát*	cheese
rắn *rúrn*	snake
rau *rau*	vegetable(s)
rau cải xoong *ra-oo kả-i so-og*	watercress
rau luộc *ra-oo loork*	boiled vegetable
rau muống *ra-oo móorg*	spinach
rau sống *ra-oo shóg*	raw vegetables

rượu thuốc *rew-uru tóork*	medicinal wine — a type of wine with plants or animals immersed in it. Some of these wines are believed to contain medicinal properties
sôcôla *shokola*	chocolate
sữa *suɪr-a*	milk
sữa bột *suɪr-a bot*	powdered milk
sữa chua *suɪr-a koo-a*	yogurt
sữa chua đông lạnh *shuɪr-a koo-a dog lan*	frozen yogurt
sữa đậu nành *suɪr-a doh nàn*	soy milk, usually sweetened
sữa đặc *suɪr-a dak*	condensed milk
sữa không kem *suɪr-a kog kem*	skim milk
sườn *shèw-urn*	chops
sườn lợn chua ngọt *shèw-urn lurn choo-a got*	sweet and sour spare ribs
sườn lợn nướng *shèw-urn lurn néw-urg*	barbecued spare ribs
thịt hầm *tit hàm*	casserole

thịt viên *tit vi-uhn*	meatball
thịt bò cuốn với rau sống	beef fillets with green
tit bò kóorn vúr-i ra-oo shóg	vegetables
thịt băm viên *tit bam vi-uhn*	burger
thịt chó *tit chó*	dog meat
thịt gà luộc *tit gà loork*	boiled chicken
thịt lợn chua ngọt *tit lurn choo-a got*	sweet and sour pork
thịt lợn hoặc *tit lurn hwak*	boiled pork
thịt luộc *tit loork*	boiled meat
thịt rán *tit rán*	fries
trứng *tróorg*	eggs
trứng luộc/trứng luộc lòng đào	boiled egg/soft-boiled egg
tróorg loork/tróorg loork lòg dà-o	
trứng ốp lếp *tróorg óp lép*	omelet
trứng rán *tróorg rán*	fried egg
vani *vani*	vanilla
vịt quay *vit kway*	roast duck
xoài *swài*	mango
xúp bào ngư, nấm và thịt heo	abalone, mushroom,
sóop bào goor, nám và tit heh-ao	and pork soup
xúp mì *sóop mì*	noodle soup
xúp ngô với thịt cua/gà/tôm	crabmeat/chicken/shrimp
soop go vur-i tit koo-a/ga/tom	and corn soup

People

ESSENTIAL

Hello!/Hi!	**Xin chào.** *sin chao*
How are you?	**Mọi việc thế nào?** *moi vi-uhk té nào*
Fine, thanks.	**Vẫn tốt, cám ơn.** *vãn tót, kám urn*
Excuse me!	**Xin chú ý!** *sin chóo í*
Do you speak English?	**Bạn nói tiếng Anh được không?** *ban nói tí-uhg an dew-urk kog*
What's your name?	**Tên bạn là gì?** *ten ban là jì*
My name is...	**Tên tôi là...** *ten toi là...*
Nice to meet you.	**Hân hạnh được gặp bạn.** *han han dew-urk gap ban*
Where are you from?	**Bạn từ đâu đến?** *ban tòor doh dén*
I'm from the U.K./U.S.	**tôi đến từ Anh/Mỹ.** *toi dén tòor An/Mĩ*
What do you do for a living?	**Bạn làm nghề gì?** *ban làm nèi jì*
I work for...	**Tôi làm ...** *toi làm...*
I'm a student.	**Tôi là học sinh.** *toi là hok shin*
I'm retired.	**Tôi đã nghỉ hưu.** *toi dã nỉ hur-ew*
Do you like...?	**Bạn có thích...?** *ban kó tík...*
Goodbye.	**Tạm biệt.** *tam bi-uht*
See you later.	**Hẹn gặp lại.** *hen gap lai*

In Vietnamese, the form of address used distinguishes the relationship between you and that person. On another level, the way in which someone addresses you can be very revealing as to their level of education and their cultural roots.

Language Difficulties

Do you speak English?	**Bạn nói tiếng Anh được không?**
	ban nói tí-uhg an dew-urk kog
Does anyone here speak English?	**Có ai ở đây biết tiếng Anh không?**
	kó ai ử dai bí-uht tí-uhg an kog
I don't speak (much) Vietnamese.	**Tôi không nói được tiếng Việt (nhiều lắm).**
	toi kog nói dew-urk tí-uhg vi-uht (nì-yoh lám)
Could you speak more slowly?	**Bạn có thể nói chậm hơn không?**
	ban kó tẻ nói cham hurn kog
Could you repeat that?	**Bạn có thể nhắc lại không?**
	ban kó tẻ nák lai kog
Excuse me?	**Xin lỗi, bạn nhắc lại được không?**
Can you spell it?	**Bạn có thể đánh vần ra không?**
	ban kó tẻi dán vàn ra kog
Please write it down.	**Vui lòng viết ra điều đó.** *voo-i lòg ví-uht ra đì-yoh do*
Can you translate this into English for me?	**Bạn có thể dịch điều này cho tôi không?**
	ban kó tẻ zik đì-yoh này cho toi kog
What does this/ that mean?	**Điều này/đó nghĩa là gì?**
	đì-yoh này/đó gĩ-a là gì
I understand.	**Tôi hiểu rồi.** *toi hỉ-yoh ròi*
I don't understand.	**Tôi không hiểu.** *toi kog hỉ-yoh*
Do you understand?	**Bạn có hiểu không?** *ban kó hỉ-yoh kog*

YOU MAY HEAR...

Tôi chỉ nói được một chút tiếng Anh.
toi chỉ nói dew-urk mot chóot tí-uhg An

I only speak a little
English.

Tôi không thể nói tiếng Anh.
toi kog tẻi nói tí-uhg An

I don't speak English.

Making Friends

Hello!	**Xin chào.** *sin chao*
Good afternoon.	**Chào buổi trưa.** *chào bỏori trur-a.*
Good evening.	**Chào buổi chiều.** *chào bỏori chì-yoh*
My name is...	**Tên tôi là ...** *ten toi là ...*
What's your name?	**Tên bạn là gì?** *ten ban là gì*
I'd like to introduce you to...	**Tôi muốn giới thiệu bạn với...** *toi móorn júr-i ti-yoh ban vúr-i*
Pleased to meet you.	**Rất vui được làm quen.** *rát voo-i dew-urk làm kwen*
How are you?	**Bạn khỏe không?** *ban kwẻh kog*
Fine, thanks. And you?	**Vẫn khỏe, cám ơn. Còn bạn?** *vãn kwẻh kám urn kòn ban*

When you walk down the street, it is not surprising to see the locals' friendly smiles as a smile is considered the best way to express goodwill. It's important to constantly practice humility and tolerance, even in heated situations.

Travel Talk

I'm here...	**Tôi đến đây để ...** *toi dén day dè ...*	
on business	**kinh doanh** *kin zwan*	
on vacation [holiday]	**nghỉ ngơi** *gỉ gur-i*	
studying	**đang học** *dag hok*	
I'm staying for...	**Tôi đang ở để...** *toi dang ừr dèi...*	
I've been here...	**Tôi đã ở đây...** *toi dã ừr day...*	
a day	**một ngày** *mot gày*	
a week	**một tuần** *mot tòo-uhn*	
a month	**một tháng** *mot tág*	
Where are you from?	**Bạn từ đâu đến?** *ban tòor doh dén*	
I'm from...	**Tôi đến từ ...** *toi dén tòor ...*	

For Numbers, see page 161.

Personal

Who are you with?	**Bạn đi với ai?**	*ban di vúr-i a-i*
I'm here alone.	**Tôi đi một mình.**	*toi di mot mìn*
I'm with my ...	**Tôi đi với ... tôi.**	*toi di vúr-i ... toi*
husband/wife	**chồng/vợ**	*chòng/vur*
my boyfriend	**bạn trai/bạn gái**	*ban trai*
my girlfriend	**bạn gái**	*ban gá-i*
a friend	**một người bạn**	*mot gèw-ur-i ban*
friends	**những người bạn**	*nõorg gèw-ur-i ban*
a colleague	**một người đồng nghiệp**	*mot gèw-ur-i dòng ni-uhp*
colleagues	**những người đồng nghiệp**	
	nõorg gèw-ur-i dòng ni-uhp	
When's your birthday?	**Khi nào là sinh nhật của bạn?**	
	ki nào là shin nat kỏa-a ban	
How old are you?	**Bạn bao nhiêu tuổi?**	*ban bao ni-yoh tỏori*
I'm ...	**Tôi ...**	*Toi*
Are you married?	**Bạn kết hôn chưa?**	*ban két hon chur-a*
I'm ...	**Tôi ...**	*toi ...*
single	**độc thân**	*dok tan*
engaged	**đã đính hôn**	*dã dín hon*
married	**đã kết hôn**	*dã két hon*

divorced	**đã ly hôn** *dã li hon*
separated	**ly than** *li tan*
a widower	**người góa vợ** *gèw-ur-i gó vur*
Do you have children/ grandchildren?	**Bạn có con/cháu chưa?** *ban kó kon/chá-oo chur-a*

Work & School

What do you do for a living?	**Bạn làm nghề gì?** *ban làm gè gì*
What are you studying?	**Bạn đang học gì?** *ban dag hok gì*
I'm studying...	**Tôi đang học ...** *toi dag hok ...*
I...	**Tôi...** *toi*
Work full-/ part-time	**làm việc trọn/bán thời gian** *àm vi-uhk tron/bán tùr-i jan.*
am unemployed	**thất nghiệp** *tát ni-uhp*
work at home	**làm việc tại nhà** *làm vi-uhk tai nà*
Who do you work for?	**Bạn làm việc cho ai?** *ban làm vi-uhk cho ai*
I work for...	**Tôi làm việc cho ...** *toi làm vi-uhk cho ...*
Here's my business card.	**Đây là danh thiếp của tôi.** *day là zan tí-uhp kỏo-a tol.*

For Business Travel, see page 137.

Weather

What's the forecast?	**Dự báo thời tiết thế nào?**
	zoor báo tùr-i tí-uht téi nào
What beautiful/	**Thời tiết thật đẹp/tồi tệ.**
terrible weather!	*tùr-i tí-uht tat dep/tat tei*
It's...	**Trời...** *trùr-i...*
cool/warm	**mát/ấm** *mát/ám*
cold/hot	**lạnh/nóng** *lan/nóg*
rainy/sunny	**mưa/nắng** *mur-a/nág*
snowy/icy	**tuyết/băng** *tóo-yit/bag*
Do I need a jacket/	**Tôi có cần mang theo áo khoác/dù không?**
an umbrella?	*toi kó càn mag teh-ao áo kwák/zòo kog*

For Temperature, see page 167.

Romance

ESSENTIAL

Would you like to go out for a drink/dinner?	**Bạn có muốn cùng đi uống nước/ăn tối không?**
	ban kó móorn còog di óorg néw-urk/an tói kog
What are your plans for tonight/tomorrow?	**Bạn dự định tối nay/ngày mai làm gì?**
	ban zoor din tói nay/gày mai làm jì
Can I have your (phone) number?	**Tôi có thể có số điện thoại của bạn không?**
	toi kó tẻi kó shó di-uhn twai kỏoa ban kog
Can I join you?	**Tôi có thể tham gia cùng bạn không?**
	toi kó tẻi tam ja còog ban kog
Can I buy you a drink?	**Tôi có thể mua nước uống cho bạn không?**
	toi kó tẻi mooa néw-urk óorg cho ban kog
I love you.	**Tôi yêu bạn.** *toi i-yoh ban*

The Dating Game

Would you like to go out…?	**Bạn có muốn cùng đi…?** *ban kó móorn còog di…*
for coffee	**uống cà phê** *óorg kà fei*
for a drink	**uống nước** *óorg néw-urk*
to dinner	**ăn tối** *an tói*
What are your plans for…?	**Bạn dự định … làm gì?** *ban zoor din … làm jì*
today	**hôm nay** *hom nay*
tonight	**tối nay** *tói nay*
tomorrow	**ngày mai** *gày mai*
this weekend	**cuối tuần này** *kóori tòo-uhn này*
Where would you like to go?	**Bạn muốn đi đâu?** *ban móorn di doh*
I'd like to go to…	**Tôi muốn đến…** *toi móorn dén…*
Do you like…?	**Bạn có thích…?** *ban kó tík…*
Can I have your phone number/email?	**Tôi có thể có số điện thoại/email của bạn không?** *toi kó tẻi kó shó di-uhn twai/email kỏoa ban kog*
Are you on Facebook/Twitter?	**Bạn có Facebook/Twitter không?** *ban kó Facebook/Twitter kog*
Can I join you?	**Tôi có thể tham gia cùng bạn không?** *toi kó tẻi tam ja còog ban kog*
You're very attractive.	**Bạn thật hấp dẫn.** *ban that háp zãn*
Let's go somewhere quieter.	**Đến nơi khác yên tĩnh hơn đi.** *dén nur-i nào i-uhn tĩn hur-n di*

For Communications, see page 49.

Accepting & Rejecting

I'd love to.	**Tôi thích.** *toi tík*
Where should we meet?	**Chúng ta nên gặp nhau ở đâu?** *chóog ta nen gap na-oo ửr doh*

I'll meet you at the bar/your hotel.	**Tôi sẽ gặp bạn ở quầy bar/khách sạn của bạn.**
	toi shẽ gap ban ửr kwày bar/kák shan kỏo-a ban
I'll come by at…	**Tôi sẽ đến đó lúc…** *toi shẽ dén dó lóok…*
I'm busy.	**Tôi đang bận.** *toi dag ban*
I'm not interested.	**Tôi không quan tâm.** *toi kog kwan tam*
Leave me alone!	**Xin hãy để tôi yên!** *sin hãy dẻ toi i-uhn*
Stop bothering me!	**Đừng làm phiền tôi nữa!** *dòong làm fi-uhn toi nữr-a*

For Time, see page 163.

If you are invited to someone's home, always bring a gift but avoid objects that are deemed unlucky such as clocks, white or black objects and/or sharp implements!

Getting Intimate

Can I hug/kiss you?	**Tôi có thể ôm/hôn bạn không?**
	toi kó tẻi om/hon ban kog
Yes.	**Vâng.** *vag*
No.	**Không.** *kog*
Stop!	**Dừng ngay!** *zòorg gay*
I love you.	**Tôi yêu bạn.** *toi i-yoh ban*

Sexual Preferences

Are you gay?	**Bạn là người đồng tính à?** *ban là gèw-ur-i dòng tín à*
I'm…	**Tôi …**
heterosexual	**thích người khác giới.** *tík gèw-ur-i kák júr-i*
homosexual	**là người đồng tính.** *là gèw-ur-i dòng tín*
bisexual	**là người lưỡng tính.** *là gèw-ur-i lẽw-urg tín*
Do you like men/ women?	**Bạn có thích đàn ông/đàn bà không?**
	ban kó tík dàn og/dàn bà kog

Leisure Time

ESSENTIAL

Where's the tourist information office?	**Văn phòng thông tin khách du lịch ở đâu?** *van fôg tog tin kák zoo lik ử doh*
What are the main sights?	**Nhưng điểm du lịch chính là gì?** *noiorg die-uhm zoo lik chín là gì*
Do you offer tours in English?	**Bạn có tour du lịch bằng tiếng Anh không?** *ban kó tour zoo lik bag tí-uhg An kog*
Can I have a map/guide?	**Tôi có thể có một tấm bản đồ/tờ hướng dẫn không?** *toi kó tểi kó mot tám bản dò/từr héw-urg zăn kog*

Tourist Information

Do you have information on…?	**Bạn có thông tin gì về … không?** *ban kó tog tin gì vè … kog*
Can you recommend…?	**Bạn có thể giới thiệu … không?** *ban kó tể júr-i ti-yoh … kog*
a bus tour	**chuyến du lịch bằng xe buýt** *choo-ín zoo lik bag se bóo-yit*
an excursion to…	**chuyến tham quan** *choo-ín tam kwan*
a tour of…	**chuyến du lịch của…** *choo-ín zoo lik kỏo-a…*

For Seeing the Sights, see page 107.

On Tour

I'd like to go on the excursion to…	**Tôi muốn chuyến tham quan đến…** *toi móorn chóo-in tam kwan dén…*
When's the next tour?	**Khi nào có tour tiếp theo?** *ki nào kó tour tí-uhp teh-ao*
Are there tours in English?	**Tour này bằng tiếng Anh phải không?** *tour này bag tí-uhg An fåi kog*
Is there an English guide book/ audio guide?	**Có sách/ghi âm hướng dẫn bằng tiếng Anh không?** *kó shák/gi am bàg tí-uhg An kog*
What time do we leave?	**Chuyến đi bắt đầu lúc mấy giờ?** *choo-ín di bát dòu lóok máy jùr*
What time do we return?	**Chúng ta quay về lúc mấy giờ?** *chóog ta kway vè lóok máy jùr*
We'd like to see…	**Chúng tôi muốn xem…** *chóog toi móorn sem…*
Can we stop here …?	**Chúng tôi có thể dừng ở đây … không?** *chóog toi kó tẻ zòorg ửr day … kog*
to take photographs	**để chụp ảnh** *dẻ choop ản*
to buy souvenirs	**để mua quà lưu niệm** *dẻ moo-a kwà lur-ew ni-uhm*

| to use the bathrooms | **để đi vệ sinh** *dẻ di ve shin* [toilets] |
| Is it disabled-accessible? | **Có lối vào cho người tàn tật không?** *kó ló-i và-o cho gèw-ur-i tàn tat kog* |

For Tickets, see page 21.

Seeing the Sights

Where's…?	**… ở đâu?** … *ử doh*
battleground	**chiến trường** *chí-uhn trèw-urg*
botanical garden	**vườn bách thảo** *vèw-urn bák tả-o*
castle	**lâu đài** *loh dà-i*
the downtown area	**khu buôn bán** *koo boorn bán*
the fountain	**vòi phun nước** *vò-i foon new-úrk*
the market	**chợ** *chur*
the monastery (Buddhist/Taoist)	**tu viện (đạo Phật/đạo Lão)** *too vi-uhn (dao fat/dao lã-o)*
museum	**bảo tàng** *bả-o tàg*
old town	**phố cổ** *fó kỏ*

opera house	**nhà hát lớn** *nà hát lúrn*
palace	**cung điện** *koog di-uhn*
park	**công viên** *kog vi-uhn*
parliament building	**tòa nhà quốc hội**
	twà nà kwók hoi
ruins	**tàn tích** *tàn tík*
shopping area	**khu mua sắm** *koo moo-a shám*
the town square	**quảng trường thành phố**
	kwảg trèw-urg tàn fó
It's ...	**Thật** *tat*
amazing	**ngạc nhiên** *gak ni-uhn*
beautiful	**đẹp** *dep*
boring	**chán** *chán*
interesting	**thú vị** *tóo vi*
magnificent	**tráng lệ/tuyệt diệu** *trág le/too-yit zi-yoh*
romantic	**lãng mạn** *lãg man*
strange	**lạ** *la*
terrible	**khủng khiếp** *kòog kí-uhp*
ugly	**xấu** *sóh*

| I like/don't like it. | **Tôi thích/không thích nó.** *toi tík/kog tík no* |
| Can you show me on the map? | **Bạn có thể chỉ vị trí của tôi trên bản đồ không?** *ban kó tẻ chỉ vi trí kỏo-a toi tren bản dò kog* |

For Asking Directions, see page 35.

Religious Sites

Where's...?	**... ở đâu?** ... *ủr doh*
the Catholic/ Protestant church	**nhà thờ Công Giáo/đạo Tin lành** *nà từ kog zá-o/dao tin làn*
the monastery (Buddhist/Taoist)	**tu viện (đạo Phật/đạo Lão)** *too vi-uhn (dao fat/dao lã-o)*
the mosque	**nhà thờ Hồi giáo** *nà từ hòi zá-o*
the shrine	**miếu thờ** *mí-yoh từr*
the synagogue	**giáo đường Do thái** *zá-o dèw-urg zo tá-i*
the temple service?	**đền thờ** *dèn từr*

Shopping

ESSENTIAL

Where's the market/mall?	**Siêu thị/trung tâm thương mại ở đâu?** *shi-yoh ti/troog tam tew-urg mai ử doh*
I'm just looking.	**Tôi chỉ nhìn qua.** *toi chỉ nìn kwa*
Can you help me?	**Bạn có thể giúp tôi không?** *ban kó tẻ jóop toi kog*
I'm being helped.	**Tôi đang được giúp đỡ.** *toi dag dew-urk jóop dữ*
How much?	**Bao nhiêu tiền?** *bao ni-yoh tì-uhn*
That one, please.	**Làm ơn lấy cái đó.** *làm ur-n láy kái dó*
That's all.	**Chỉ thế thôi.** *chỉ téi toi*
Where can I pay?	**Tôi thanh toán ở đâu?** *toi tan twán ử doh*
I'll pay in cash	**Tôi sẽ trả bằng tiền mặt.** *toi shẽ trả bàg tì-uhn mat*
I'll pay by credit card.	**Tôi sẽ trả bằng thẻ tín dụng.** *toi shẽ trả bàg tẻ tín zoog*
A receipt, please.	**Vui lòng cho tôi biên lai.** *voo-i lòg cho toi bi-uhn lai*

At the Shops

Where's…?	**… ở đâu?** *… ử doh*
antique store	**cửa hàng đồ cổ** *kử-a hàg dò kỏ*
bakery	**hiệu bánh mì** *hi-yoh bán mì*
bank	**ngân hàng** *gan hàg*
bookstore	**hiệu sách** *hi-yoh shák*
the clothing store	**cửa hàng quần áo** *kử-a hàg kwàn ao*
the delicatessen	**cửa hàng chế biến sẵn** *kử-a hàag ché bí-uhn shãn*
the department store	**cửa hàng bách hóa** *kử-a hàg bák hwá*

the gift shop	**cửa hàng quà tặng** *kủr-a hàng kwà tag*
the health food store	**cửa hàng thực phẩm sạch** *kủr-a hàng toork fẩm shak*
jeweler	**cửa hàng đá quý** *kủr-a hàng dá kwí*
liquor store [off-licence]	**cửa hàng bán rượu** *kủr-a hàng bán rew-uru*
market	**chợ** *kur*
the music store	**cửa hàng âm nhạc** *kủr-a hàng am nak*
the pastry shop	**hiệu bánh ngọt** *hi-yoh bán got*
the pharmacy	**nhà thuốc** *nà tóork*
the produce [grocery] store	**hiệu tạp phẩm** *hi-yoh tap fẩm*
the shoe store	**hiệu giày** *hi-yoh zày*
the shopping mall	**trung tâm thương mại** *troog tam tew-urg mai*
the souvenir store	**cửa hàng lưu niệm** *kủr-a hàng lur-ew ni-uhm*
the supermarket	**siêu thị** *shi-yoh ti*
the tobacconist	**quầy bán thuốc lá** *kwày bán tóork lá*
the toy store	**cửa hàng đồ chơi** *kủr-a hàng dò chur-i*

Ask an Assistant

When do you open/close?	**Cửa hàng mở/đóng cửa khi nào?** *Kửr-a hàng mửr/dóg kửr-a ki nào?*
Where's...?	**... ở đâu?** *... ửr doh*
the cashier	**Quầy thu ngân** *kwày tu gan*
the escalator	**Thang cuốn** *tag kóorn*
the elevator [lift]	**Thang máy [cầu thang máy]** *tag máy [kòh tag máy]*
the fitting room	**Phòng thử đồ** *fòg tỏor dò*
the store directory	**Danh bạ cửa hàng** *zan ba kửr-a hàng*
Can you help me?	**Bạn có thể giúp tôi không?** *Ban kó tẻi jóop toi kog?*
I'm just looking.	**Tôi chỉ xem thôi.** *Toi chỉ sem toi.*
I'm being helped.	**Tôi đang được giúp đỡ.** *Toi dag dew-urk jóop dữr.*
Do you have...?	**Bạn có... không?** *Ban kó... kog?*
Can you show me...?	**Bạn có thể cho tôi xem ... ?** *ban kó tẻ cho toi sem ...*
Can you ship/wrap it?	**Bạn có thể chuyển/gói nó không?** *Ban kó tẻi chỏo-in/gói nó kog?*
How much?	**Bao nhiêu tiền?** *bao ni-yoh tì-uhn*
That's all.	**Chỉ thế thôi.** *Chỉ téi toi.*

For Clothing, see page 119.

For Souvenirs, see page 125.

YOU MAY HEAR...

Tôi có thể giúp gì cho bạn không?   Can I help you?
Toi kó tèi jóop jì cho ban kog?

Một lúc nữa. *Mot lóok nữ-a.*   One moment.

Bạn muốn gì? *Ban móorn jì?*   What would you like?

Còn gì nữa không? *Kòn jìnür-a kog?*   Anything else?

YOU MAY SEE...

mở cửa/*đóng cửa*	open/closed
đóng cửa nghỉ trưa *dóg kử-a gỉ trur-a.*	closed for lunch
phòng thử đồ *fòg tỏsr dò*	fitting room
quầy thu ngân *kwày tu gan*	cashier
trả bằng tiền mặt *trả bàg tì-uhn mat*	cash only
chấp nhận thẻ tín dụng *cháp nan tẻ tín zoog*	credit cards accepted
giờ kinh doanh *jùr kin zwan*	business hours
lối ra *lói ra*	exit

Personal Preferences

I'd like something...	**Tôi muốn vài thứ...** *toi móorn vài túr...*
cheap/expensive	**rẻ/đắt** *rè/dát*
larger/smaller	**lớn hơn/nhỏ hơn** *lúr-n hur-n/nỏ hur-n*
from this region	**từ vùng này** *tòor vòog này*
Around....	**Quanh ...** *kwan...*
Is it real?	**Cái này thật không?** *kái này tat kog*
Can you show me this/that?	**Bạn có thể cho tôi xem cái này/cái kia?** *ban kó tẻi cho toi sem kái này/kái kia*
That's not quite what I want.	**Nó không giống cái tôi muốn lắm.** *nó kog jóg kái toi móorn lám*
No, I don't like it.	**Không, tôi không thích nó.** *Kog, toi kog móorn nó.*
It's too expensive.	**Đắt quá.** *Dát kwá.*
I have to think about it.	**Tôi phải suy nghĩ thêm.** *Toi fải shoo-i nỉ tem.*
I'll take it.	**Tôi sẽ lấy nó.** *Toi shẽ láy nó.*

Paying & Bargaining

How much?	**Bao nhiêu tiền?** *bao ni-yoh tì-uhn*
I'll pay...	**Tôi sẽ trả ...** *toi shẽ trả ...*
in cash	**bằng tiền mặt** *bàg tì-uhn mat*
by credit card	**bằng thẻ tín dụng** *bàg tẻ tín zoog*

by traveler's cheque	**bằng séc du lịch** *bàg sék zoo lik*	
A receipt, please.	**Vui lòng cho tôi biên lai.** *voo-i lòg cho toi bi-uhn lai*	
That's too much.	**Nhiều quá** *nì-yoh kwá*	
I'll give you…	**Tôi sẽ cho bạn…** *toi shẽ cho ban…*	
I have only…euros.	**Tôi chỉ có … euro.** *toi chỉ kó … ur-ro.*	
Is that your best price?	**Giá tốt nhất rồi à?** *já tót nhát ròi à*	
Can you give me a discount?	**Bạn có thể giảm giá cho tôi không?** *ban kó tẻi jàm já cho toi kog*	

YOU MAY HEAR…

Bạn trả bằng cách nào? *Ban trả bàg kák nào?* — How are you paying?

Thẻ tín dụng của bạn không được chấp nhận. *Tẻ tín zoog kỏo-a ban kog dew-urk cháp nan.* — Your credit card has been declined.

Vui lòng cho xem giấy tờ. *Voo-i lòg cho sem jáy tùr.* — ID, please.

Chúng thôi không chấp nhận thẻ tín dụng. *Chóog toi kog cháp nan tẻ tín zoog.* — We don't accept credit cards.

Vui lòng chỉ đưa tiền mặt. *Voo-i lòg chỉ dur-a tì-uhn mat.* — Cash only, please.

Making a Complaint

I'd like...	**Tôi muốn...** *toi móorn ...*
to exchange this	**đổi cái này** *dỏi kái này*
a refund	**hoàn lại** *hwàn lai*
to see the manager	**gặp quản lý** *gap kwản lí*

Services

Can you recommend...?	**Bạn có thể giới thiệu ...?** *ban kó tẻi júr-i ti-yoh ...*
a barber	**cắt tóc** *kát tók*
a dry cleaner	**giặt khô** *zat ko*
a hairstylist	**làm đầu** *làm dòh*
a Laundromat [launderette]	**giặt tự động** *zat toor dog*
a nail salon	**tiệm làm móng** *ti-uhm làm móg*
a spa	**spa** *spa*
a travel agency	**đại lý du lịch** *dai lí zoo lik*
Can you...this?	**Bạn có thể...cái này?** *ban kó tẻi... kái này*
alter	**thay** *tay*
clean	**làm sạch** *làm shak*
fix	**sửa** *shủr-a*
press	**nhấn** *nán*
When will it be ready?	**Khi nào thì có?** *ki nào tì kó*

Hair & Beauty

I'd like…	**Tôi muốn …** *toi móorn …*
an appointment for today/tomorrow	**một cuộc hẹn vào hôm nay/ngày mai** *mot koork hen vào hom nay/gày mai*
some color/ highlights	**nhuộm/highlight** *noorm/highlight*
my hair styled/ blow-dried	**tạo kiểu/sấy tóc** *tao kỉ-yoh/sháy tók*
a haircut	**cắt tóc** *kát tók*
an eyebrow/ bikini wax	**cạo chân mày/vùng kín** *kạo chan mày/vòog kin*
a facial	**xoa bóp mặt** *swa bóp mat*
a manicure/ pedicure	**làm móng tay/móng chân** *làm móg tay/móg chan*
a (sports) massage	**mát-xa (thể thao)** *mat-sa (tểi tao)*
A trim, please.	**cắt tóc** *kát tók*
Not too short.	**Đừng cắt quá ngắn.** *dòorg kát kwá gán*
Shorter here.	**Chỗ này ngắn hơn.** *Chõ này gán hur-n*
Do you offer…?	**Bạn có…không?** *ban kó … kog*
acupuncture	**châm cứu** *cham kúr-ew*
aromatherapy	**xoa bóp với dầu thơm** *swa bóp vúr-i zòh turm*
oxygen	**oxi** *oxi*
a sauna	**tắm hơi** *tám hor-i*

You will find all kinds of clothing at reasonable prices for sale in clothing stores, street markets (be prepared to bargain!) and local department stores. In **Ho Chi Minh city** and in some areas of **Ha Noi**, you can easily spot strings of chic and trendy shops that sell brand names and apparel from international designers.
For traditional, ethnic items, visit the local villages.

Antiques

How old is it?	**Cái này bao nhiêu năm tuổi?**
	kái này bao ni-yoh nam tỏori
Do you have anything from the…period?	**Bạn có món gì từ giai đoạn… ?**
	ban kó món jì tòor jai dwan…
Do I have to fill out any forms?	**Tôi có cần điền mẫu đơn nào không?**
	toi kó kàn dì-uhn vào mõh dur-n nào kog
Is there a certificate of authenticity?	**Có chứng nhận xác thực không?**
	kó chóorg nan sák tur-k kog
Can you ship/wrap it	**Bạn có thể chuyển/gói nó không?**
	ban kó tẻi chỏo-in/gói nó kog

Clothing

I'd like…	**Tôi muốn …** *Toi móorn …*
Can I try this on?	**Tôi có thể thử không?** *toi kó tẻ tỏor kog*
It doesn't fit.	**Nó không vừa.** *nó kog vừr-a*
It's too…	**Nó qua …** *nó kwá*
big/small	**lớn/nhỏ** *lúr-n/nỏ*
short/long	**ngắn/dài** *gán/zài*
tight/loose	**chật/lỏng** *chat/lỏg*
Do you have this in size…?	**Bạn có muốn cái này kích thước … không?** *ban kó móorn ká-i này kík téw-urk … kog*
Do you have this in a bigger/smaller size?	**Bạn có cỡ lớn hơn/nhỏ hơn không?** *Ban kó kửr lúr-n hur-n/nỏ hur-n kog?*

For Numbers, see page 161.

YOU MAY HEAR…

Nó hợp với bạn lắm. *Nó hur-p vúr-i ban lám.*	That looks great on you.
Vừa không? *Vừr-a kog?*	How does it fit?
Chúng tôi không có cỡ của bạn. *Chóog toi kog kó kửr kỏo-a ban.*	We don't have your size.

Colors

I'd like something…	**Tôi đang tìm cái có màu …** *toi dag tìm ká-i kó mà-oo …*
beige	**be** *be*
black	**đen** *den*
blue	**xanh** *san*
brown	**nâu** *noh*
green	**lục** *look*
gray	**xám** *sám*

orange	**vàng cam** *vàg kam*
pink	**hồng** *hòg*
purple	**tím** *tím*
red	**đỏ** *dỏ*
white	**trắng** *trag*
yellow	**vàng** *vàg*

YOU MAY SEE...

y phục nam	men's
y phục nư	women's
trang phục trẻ em	children's

Clothes & Accessories

a backpack	**ba lô** *ba lo*
belt	**thắt lưng** *tát loorg*
bikini	**áo tắm hai mảnh** *á-o tám hai mản*
blouse	**áo cánh** *á-o kán*
bra	**áo ngực** *á-o goork*
briefs	**quần bó** *kwàn bó*
coat	**áo choàng** *á-o kwàg*
dress	**áo váy** *á-o váy*

hat	**mui** *moıo*
jacket	**áo vét** *á-o vét*
jeans	**quần jean** *kwàn jean*
pyjamas	**đồ ngủ** *dò gủ*
pants [trousers]	**quần lót** *kwàn lót*
pantyhose [tights]	**áo nịt** *á-o nit*
a purse [handbag]	**túi xách tay** *tóo-i sák tay*
a raincoat	**áo mưa** *á-o mur-a*
scarf	**khăn quàng cổ** *kan kwàg kỏ*
a shirt	**áo sơ mi** *á-o shur mi*
shorts	**quần đùi** *kwàn dòo-i*
skirt	**váy** *váy*
socks	**tất ngắn** *tát gán*
stockings	**tất dài** *tát zài*
suit	**com lê** *kom le*
sweater	**áo len** *á-o len*
sweatshirt	**áo vệ sinh** *á-o ve shin*
swimming trunks/ swimsuit	**áo bơi** *á-o bur-i*
T-shirt	**áo phông** *á-o fog*
tie	**cà vạt** *kà vat*
underpants	**quần lót** *kwàn lót*

Fabric

I'd like…bàg…	**Tôi muốn thứ làm bằng…** *toi móorn tóor làm*
cotton	**vải bông** *vải bog*
denim	**vải bông chéo** *vải bog kéh-ao*
lace	**ren** *ren*
leather	**da** *za*
linen	**vải lanh** *vải lan*
silk	**tơ tằm** *tur tàm*
wool	**len** *len*
Is it machine washable?	**Có thể giặt máy?** *kó tẻ jat máy*

Shoes

I'd like…	**Tôi muốn…** *toi móorn…*
high-heels/flats	**giày cao gót/đế bằng** *jày kao gót/dé bàg*
boots	**ủng** *òog*
flip-flops	**dép tông** *zép tog*
loafers	**giày da** *jày za*
sandals	**dép/xăng-đan** *zép/sag-dan*
shoes	**giầy** *jày*
slippers	**dép lê** *zép le*
sneakers	**giày đế mềm** *jày dé mèm*
Size…	**Cỡ…** *kũr*

For Numbers, see page 161.

Sizes

small (S)	**nhỏ** *nỏ*
medium (M)	**trung bình** *troog bìn*
large (L)	**rộng** *rog*
extra large (XL)	**quá rộng** *kwá rog*
petite	**nhỏ nhắn** *nỏ nán*
plus size	**cỡ lớn hơn** *kũr lúr-n hur-n*

Clothing sizes in Vietnam do not correspond to those in the West. In places where clothes are made for export, you will find sizes given as small, medium, large and extra large. However, you may find that the sizes are of a smaller cut than you would find at home. Vietnamese measurements combine two factors: height and chest dimensions. For example, a jacket may be sized at 165-88, i.e., for a person 1.65 m tall with an 88 cm chest. When buying shoes, the safest bet is to try them on, provided you can find a pair large enough as a U.S. 9/U.K. 7 is considered big.

Newsagent & Tobacconist

Do you sell English-language newspapers?	**Bạn có bán báo viết bằng tiếng Anh không?** *ban kó bán báo bàg tí-uhg An kog*
I'd like…	**Tôi muốn…** *toi móorn …*
candy [sweets]	**kẹo** *keh-ao*
chewing gum	**kẹo cao su** *keh-ao kao shoo*
a chocolate bar	**thanh sô-cô-la** *tan sho-ko-la*
a cigar	**xì-gà** *sì-gà*
a pack/carton	**một gói/hộp thuốc**

of cigarettes	*mot gói/hop tóork lá*
a lighter	**hộp quẹt** *hop kwet*
a magazine	**tạp chí** *tap chí*
matches	**diêm** *zi-uhm*
a newspaper	**báo** *báo*
a pen	**bút** *bóot*
a postcard	**bưu thiếp** *bur-ew tí-uhp*
a road/town	**bản đồ đường/thành phố của…**
map of…	*bản dò dèw-urg/tàn fó kỏo-a…*
stamps	**tem** *tem*

Photography

I'd like…camera.	**Tôi muốn máy ảnh…** *toi móorn máy ản…*
an automatic	**tự động** *toor dog*
a digital	**kỹ thuật số** *kĩ too-uh shó*
a disposable	**dùng một lần** *dòog mot làn*
I'd like…	**Tôi muốn…** *toi móorn …*
a battery	**pin** *pin*
digital prints	**in kỹ thuật số** *in kĩ too-uh shó*
a memory card	**thẻ nhớ** *tẻ núr*
Can I print digital photos here?	**Tôi có thể in ảnh kỹ thuật số ở đây không?** *toi kó tẻi in ản kĩ too-uh shó ừr day kog*

Souvenirs

a bottle of wine	**chai rượu**	*chai rew-uru*
a box of chocolates	**hộp sô-cô-la**	*hop shokola*
some crystal	**pha lê**	*fa lei*
a doll	**búp bê**	*bóop bei*
some jewelry	**trang sức**	*trag shúr-k*
a key ring	**móc khóa**	*mók kwá*
a postcard	**bưu thiếp**	*bur-ew tí-uhp*
some pottery	**đồ gốm**	*dò góm*
a T-shirt	**áo thun**	*áo toon*
a toy	**đồ chơi**	*dò chur-i*
Can I see this/that?	**Tôi có thể xem cái này/cái kia không?**	
	toi kó tẻi sem kái nà/kái kia kog	
I'd like...	**Tôi muốn...** *toi móorn...*	
a battery	**pin** *pin*	
a bracelet	**vòng tay** *vòg tay*	
a brooch	**trâm cài áo** *tram kài áo*	
a clock	**đồng hồ** *dòg hò*	
earrings	**bông tai** *bog tai*	
a necklace	**dây chuyền** *day chòo-in*	
a ring	**nhẫn** *nãn*	

a watch	**đồng hồ đeo tay** *dòng hò deh-ao tay*
I'd like...	**Tôi muốn...** *toi móorn...*
copper	**đồng** *dòg*
crystal	**pha lê** *fa lei*
diamonds	**kim cương** *kim kew-urg*
white/yellow gold	**vàng/vàng trắng** *vàg/vàg trág*
pearls	**ngọc trai** *nok trai*
pewter	**hợp kim thép** *hur-p kim tép*
platinum	**bạch kim** *bak kim*
sterling silver	**bạc chất lượng cao** *chát lew-urg kao*
Is this real?	**Cái này thật không?** *kái này tat kog*
Can you engrave it?	**Bạn có thể khắc nó không?** *ban kó tẻi khak nó kog*

Examples of the souvenirs that you can find in Vietnam include:
antiques, bamboo products, carpets and rugs, fans, fabrics,
furniture, china, jade, jewelry, kites, tea, ginseng, woks and other
Vietnamese kitchen utensils. Sought-after items in Ho Chi Minh city
include photography equipment, electronic goods, watches and
regional handmade crafts and accessories.

Sport & Leisure

ESSENTIAL

When's the game?	**Khi nào trận đấu bắt đầu?** *ki nào tran dóh bat dòh*
Where's…?	**…ở đâu?** *… ừr doh*
the beach	**bãi biển** *bãi bỉ-uhn*
the park	**công viên** *cog vi-uhn*
the pool	**hồ bơi** *hò bur-i*
Is it safe to swim here?	**Bơi ở đây có an toàn không?** *bur-i ừr day kó an twàn cog*
Can I hire clubs?	**Tôi có thể thuê gậy không?** *toi kó tèi thoo-ei gay kog*
How much per hour/day?	**Bao nhiêu mỗi giờ/ngày?** *bao ni-yoh mõi mot jừr/gày*
How far is it to…?	**Đến…cách bao xa?** *dén…kák bao sa*
Show me on the map, please	**Xin chỉ cho tôi trên bản đồ** *sin chỉ cho toi tren bản dò*

Watching Sport

When's…(game/race/tournament)?	**Khi nào… (trận đấu/đua/giải đấu)…** *ki nào… (tran dóh/doo-a/jải dóh)*
the baseball	**bóng chày** *bóg chày*
the basketball	**bóng rổ** *bóg rỏ*
the boxing	**đấm bốc** *dám bók*
the cricket	**cri-kê** *cri-kei*
the cycling	**đạp xe** *dap se*
the golf	**chơi gôn** *chur-i gon*
the soccer [football]	**bóng đá** *bóg dá*
tennis	**quần vợt** *kwàn vurt*

volleyball	**bóng chuyền** *bóg choo-ìn*
Who's playing?	**Đội nào đang chơi?** *doi nà-o dag chur-i*
Where's the racetrack/ stadium?	**Trường đua ngựa/nhà thi đấu ở đâu?** *trèw-urg doo-a gur-a/nà ti dóh ửr doh*
Where can I place a bet?	**Tôi có thể cá cược ở đâu?** *toi kó tẻ ká kew-urk ửr doh*

For Tickets, see page 21.

The most popular game in Vietnam is soccer. Other popular sports include table tennis, badminton, tennis, volleyball and basketball. Other sports like dragon boating and buffalo fights are held during special occasions. The graceful martial art **Taiji** with its slow, circular, fluid movements may be witnessed in the parks at dawn.

Playing Sport

Where is/are...?	**...ở đâu?** ... *ửr doh?*
the golf course	**sân gôn** *shan gon*
the gym	**phòng tập** *fòg tap*

the park	**công viên**	*cog vi-uhn*
the tennis courts	**sân tennis**	*shan tennis*
How much per...	**Bao nhiêu mỗi...**	*Bao ni-yoh mõi...?*
day	**ngày**	*gày*
hour	**giờ**	*jùr*
game	**trận đấu**	*tran dóh*
round	**lượt**	*lew-urt*
Can I rent [hire]...?	**Tôi có thể mượn [thuê]...?**	
	Toi kó tẻi mew-urn [thoo-ei]...?	
some clubs	**vài cây gậy**	*vài kay gay*
some equipment	**vài dụng cụ**	*vài zoog koo*
a racket	**vợt**	*vur-t*

At the Beach/Pool

Where's the beach/pool?	**Bãi biển/hồ bơi ở đâu?**	
	Bãi bỉ-uhn/hò bur-i ủr doh?	
Is there a...?	**Có ... không?**	*Kó... kog?*
kiddie pool	**bể bơi trẻ em**	*bẻ bur-i trẻ em*
indoor/outdoor pool	**bể bơi trong nhà/ngoài trời**	
	bẻ bur-i trog nà/nwài trùr-i	
lifeguard	**nhân viên cứu hộ**	*nan vi-uhn kur-ew ho*
Is it safe...?	**Có an toàn... không?**	*Kó an twàn... kog?*

to swim	**để bơi**	*dẻ bur-i*
to dive	**để lặn**	*dẻ lan*
for children	**cho trẻ em**	*cho trẻ em*
I'd like to hire...	**Tôi muốn thuê...toi**	*móorn thoo-ei ...*
a deck chair	**ghế bố**	*gé bó*
diving equipment	**dụng cụ lặn**	*doog koo lan*
a jet ski	**ván trượt**	*ván trew-urt*
a motorboat	**xuồng máy**	*sòorg máy*
a rowboat	**thuyền có mái chèo**	*too-in kó mái chèh-ao*
snorkeling equipment	**ống thở khi bơi**	*óg tủr ki bur-i*
a surfboard	**ván lướt sóng**	*ván léw-urt shóg*
a towel	**khăn tắm**	*kan tám*
an umbrella	**dù**	*zòo*

The best time for swimming is from May to early July. Vietnam has numerous beaches patrolled by lifeguards. The beaches here are often uncrowded during the week, but become extremely busy on weekends and holidays.

water skis	**ván lướt nước** *ván léw-urt new-úrk*
a windsurfing board	**ván lướt buồm** *ván léw-urt bòorm*
For...hours.	**Trong ... giờ.** *trog ... jùr*

For Numbers, see p.161

Out in the Country

A map of..., please.	**Bản đồ của...** *bản dò kỏoa...*
this region	**vùng này** *vòog này*
the walking routes	**lộ trình đi bộ** *lo trìn di bo*
the bike routes	**lộ trình đi xe đạp** *lo trìn di se dap*
the trails	**đường mòn** *dèw-urg mòn*
Is it...?	**Nó có ... không?** *nó kó... kog*
easy	**dễ** *zẽi*
difficult	**khó** *kó*
far	**xa** *sa*
steep	**dốc** *dók*
How far is it to...?	**Đến...cách bao xa?** *dén...kák bao sa*
I'm lost.	**Tôi bị lạc.** *toi bi lak*
Where's...?	**...ở đâu?** *... ửr doh*
bridge	**cây cầu** *kay kòh*
cave	**hang động** *hag dog*

the farm	**nông trang** *nog trag*
the field	**cánh đồng** *kán dòg*
forest	**rừng** *ròorg*
hill	**đồi** *dòi*
lake	**hồ** *hò*
mountain	**núi** *nóo-i*
nature reserve	**khu bảo tồn tự nhiên** *koo bả-o tòn toor ni-uhn*
the viewpoint	**toàn cảnh** *twàn kản*
the park	**công viên** *kog vi-uhn*
the path	**đường nhỏ** *dèw-urg nỏ*
the peak	**đỉnh** *dỉn*
picnic area	**khu dã ngoại** *koo zã gwai*
pond	**ao** *ao*
river	**sông** *shog*
sea	**biển** *bỉ-uhn*
the (hot) spring	**suối (nước nóng)** *shóor-i (new-úrk nóg)*
stream	**suối** *shóor-i*
valley	**thung lung** *toog loиog*
the vineyard	**vườn nho** *vèw-urn no*
the waterfall	**thác** *ták*

ESSENTIAL

What's there to do at night?	**Vào buổi tối có thể làm gì?** *và-o bổori tói kó tể làm gì*
Do you have a program of events?	**Bạn có chương trình các sự kiện không?** *ban kó chew-urn trìn kák soor ki-uhn kog*
What's playing tonight?	**Tối nay họ chơi nhạc gì?** *tói nay ho chur-i nak jì*
Where's...?	**...ở đâu?** *... ử doh*
the downtown area	**khu vực trung tâm thành phố** *koo vur-k troog tam tàn fó*
the bar	**quán bar** *kwán bar*
the dance club	**sàn nhảy** *shàn nảy*

Entertainment

Can you recommend...?	**Bạn có thể giới thiệu ...?** *ban kó tểi júr-i ti-yoh...*
a concert	**buổi hòa nhạc** *bòori hwà nak*
a movie	**phim** *fim*
an opera	**vở opera** *vửr opera*
a play	**trận đấu** *tran dóh*
When does it start/end?	**Khi nào bắt đầu/kết thúc?** *ki nào bát dòh/két tóok*
What's the dress code?	**Quy định ăn mặc là thế nào?** *kwi din an mak là téi nào*
I like...	**Tôi thích...** *toi tík...*
classical music	**nhạc cổ điển** *nak kỏ dỉ-uhn*
folk music	**nhạc đồng quê** *nak dòg kwue*

jazz	**nhạc jazz** *nak jazz*
pop music	**nhạc pop** *nak pop*
rap	**nhạc rap** *nak rap*

For Tickets, see page 21.

Traditional Vietnamese opera theater, including the famous Vietnamese operas or **tuồng**, offer spectacular performances. **Tuồng** is a combination of singing, dance, pantomime and martial arts. In all, there are over 200 different kinds of opera performed all over Vietnam, and all have their own traditions and characteristics in terms of costume, setting, music and performance style. The rhythm, colors, mime, and music combine to guarantee a memorable experience. Another theater form called **water puppetry** is unique to Vietnam.

YOU MAY SEE...

Vui lòng tắt điện thoại.
voo-i lòg tát di-uhn twai

Turn off your mobile phones, please.

Nightlife

What's there to do at night?	**Vào buổi tối có thể làm gì?** *và-o bổori tói kó tẻ làm gì*
Can you recommend...?	**Bạn có thể giới thiệu một ...?** *ban kó tẻ júr-i ti-yoh mot ...*
a bar	**quán rượu** *kwán rew-uru*
a cabaret	**hộp đêm** *hop dem*
a casino	**sòng bạc** *shòg bak*
a dance club	**sàn nhảy** *shàn nẩy*
a gay club	**câu lạc bộ đồng giới** *koh lak bo dòg júr-i*
a jazz club	**câu lạc bộ jazz** *koh lak bo jazz*
a nightclub	**câu lạc bộ đêm** *koh lak bo dem*
Is there live music?	**Có nhạc sống không?** *kó nak sóg kog*
How do I get there?	**Tôi có thể đến đó bằng cách nào?** *toi kó tẻ dén dó bàg kák nào*
Is there a cover charge?	**Có tiền phụ ngoài ăn uống không?** *kó tì-uhn foo gwà-i an óorg kog*
Let's go dancing.	**Đi nhảy nào.** *di nẩy nào*
Is this area safe at night?	**Khu vực này có an toàn về đêm không?** *koo vur-k này kó an twàn vè dem kog*

Special Requirements

ESSENTIAL

I'm here on business.	**Tôi đi công tác.** *Toi di kog ták.*
Here's my card.	**Đây là danh thiếp của tôi.**
	Day là zan tí-uhp kỏo-a toi.
Can I have your card?	**Tôi có thể có danh thiếp của anh không?**
	Toi kó tẻi kó zan tí-uhp kỏo-a an kog?
I have a meeting with…	**Tôi có một cuộc họp với…**
	Toi kó mot koork hop vúr-i…
Where's…?	**…ở đâu?** *…ử doh?*
the business center	**trung tâm kinh doanh** *troog tam kin zwan*
the convention hall	**sảnh hội nghị** *shản hoi ni*
the meeting room	**phòng họp** *fòg hop*

On Business

I'm here for…	**Tôi ở đây vì…** *Toi ử day vì*
a seminar	**một hội nghị chuyên đề** *mot hoi ni choo-in dèi*
a conference	**một hội nghị** *mot hoi ni*
a meeting	**một cuộc họp** *mot koork hop*
My name is…	**Tên tôi là…** *Ten toi là…*
May I introduce my colleague…	**Xin giới thiệu đồng nghiệp của tôi…** *Sin júr-i ti-yoh dòg ni-uhp kỏo-a toi.*
I have a meeting/an appointment with…	**Tôi có một cuộc họp/hẹn với…** *Toi kó mot koork hop/hen vúr-i…*
I'm sorry I'm late.	**Xin lỗi tôi đến trễ.** *sin lõi toi dén trẽi.*

A simple handshake when greeting and before departing is normal in business for members of the same sex. If you are meeting a member of the opposite sex, it is courtesy to wait for the woman to extend her hand first, if she does not, give a slight bow of the head. Punctuality is very important in Vietnam.

I need an interpreter.	**Tôi cần người phiên dịch.** *toi kàn gèw-ur-i fi-uhn zik*
You can contact me at the…Hotel.	**Anh có thể liên lạc với tôi tại Khách sạn…** *an kó tẻi li-uhn lak vúr-i toi tai Kák shan*
I'm here until…	**Tôi ở đây đến khi…** *toi ủr day dén ki…*
I need to…	**Tôi cần…** *toi kàn*
make a call	**gọi điện thoại** *goi di-uhn twai.*
make a photocopy	**pho-to-cóp-pi** *fo-to-kóp-pi*
send an email	**gửi email** *gủr-i email*
send a fax	**gửi fax** *gủr-i fax*
send a package (for next-day delivery)	**gửi hàng (phát vào ngày hôm sau)** *gủr-i hàn (fát vào gày hom sha-oo)*

It was a pleasure
to meet you.

Hân hạnh được gặp bạn.
han han dew-urk gap ban

For Communications, see page 49.

YOU MAY HEAR…

Anh có hẹn không? *an kó hen kog*

Do you have an
appointment?

Với ai? *vúr-i ai*
With whom?

Ông/bà đang họp. *og/bà dag hop*
He/She is in a meeting.

Vui lòng đợi một chút.
voo-i lòg dur-i mot chóot
One moment, please.

Mời ngồi. *mùr-i gòi*
Have a seat.

Bạn có muốn uống gì không?
ban kó móorn óorg jì kog
Would you like something
to drink?

Cảm ơn vì đã đến đây.
kám ur-n vì dã dén day
Thank you for coming.

Traveling With Children

ESSENTIAL

Is there a discount for kids?	**Có giảm giá cho trẻ em không?** *kó jảm já cho trẻ em kog*
Can you recommend a babysitter?	**Bạn có thể giới thiệu người trông trẻ không?** *ban kó tểi júr-i ti-yoh gèw-ur-i trog trẻ kog*
Do you have a child's seat/highchair?	**Chúng tôi muốn một ghế/ghế cao cho trẻ em.** *kóog toi móorn mot gé/gé kao cho trẻ em*
Where can I change the baby?	**Tôi có thể thay quần áo cho con tôi ở đâu?** *toi kó tẻ tay kwàn á-o cho kon toi ửr doh*

Out & About

Can you recommend something for kids?	**Bạn có thể giới thiệu hàng cho trẻ em không?** *ban kó tểi júr-i ti-yoh hàg cho trẻ em kog*
Where's...?	**... ở đâu?** *... Ửr doh*
the amusement park	**công viên giải trí** *kog vi-uhn jải trí*
the arcade	**khu trò chơi** *koo trò chur-i*
the kiddie [paddling] pool	**bể bơi trẻ em** *bểi bur-i trẻ em*
the park	**ông viên** *kog vi-uhn*
the playground	**khu vui chơi** *koo voo-i chur-i*
the zoo	**sở thú** *shửr tóo*
Are kids allowed?	**Trẻ em có được vào không?** *trẻ em kó dew-urk vào kog*
Is it safe for kids?	**Có an toàn cho trẻ em không?** *kó an twàn cho trẻ em kog*
Is it suitable for... year olds?	**Có phù hợp cho trẻ... tuổi không?** *kó fòo hur-p cho trẻ... tỏori kog*

For Numbers, see page 161.

YOU MAY HEAR...

Dễ thương quá! *zẽi tew-urg kwá*　　How cute!

Tên cậu bé/cô bé là gì? *ten koh bé/ko bé là jì*　　What's his/her name?

Cậu bé/cô bé bao nhiêu tuổi?　　How old is he/she?
koh bé/ko bé bao ni-yoh tỏori

Baby Essentials

Do you have...?	**Bạn có... ?** *ban kó...*
a baby bottle	**Bình sữa** *bìn sữr-a*
baby food	**thức ăn em bé** *túr-k an em bé*
baby wipes	**tã em bé** *tã em bé*
a car seat	**ghế ngồi trong** *xe gé nòi trog se*
a children's menu/	**thực đơn/khẩu phần ăn cho trẻ em**
portion	*tur-k dur-n/kỏh fàn cho trẻ em*
a child's seat/	**ghế/ghế cao cho trẻ em**
highchair	*gé/gé kao cho trẻ em*
a crib/cot	**Nôi/giường cũi cho trẻ em**
	noi/jew-urg kõo-i cho trẻ em

diapers [nappies]	**tã giấy** *tã jáy*
formula	**sữa bột** *sür-a bot*
a pacifier [dummy]	**ti [núm vú]** *ti [nóom vóo]*
a playpen	**xe củi đẩy** *se kõo-i dẩy*
a stroller [pushchair]	**xe đẩy [ghế đẩy]** *se dẩy [gé dẩy]*
Can I breastfeed the baby here?	**Tôi có thể cho con bú ở đây không?** *toi kó tẻ cho kon bóo ử day kog?*
Where can I breastfeed the baby?	**Tôi có thể cho con tôi bú ở đâu?** *toi kó tẻ cho kon toi bóo ử doh*
Where can I change the baby?	**Tôi có thể thay quần áo cho con tôi ở đâu?** *toi kó tẻ tay kwàn á-o cho kon toi ử doh*

For Dining with Children, see page 64.

Babysitting

Can you recommend a babysitter?	**Bạn có thể giới thiệu người trông trẻ không?** *ban kó tẻi júr-i ti-yoh gèw-ur-i trog trẻ kog*
How much do you/ they charge?	**Bạn/họ tính bao nhiêu tiền?** *ban/ho tín bao ni-yoh tì-uhn?*
I'll be back by...	**Tôi sẽ trở về trước...** *toi shẽ trủr vèi tréw-urk...*

I can be reached at... **Có thể liên lạc với tôi tại...**
kó tẻi li-uhn lak vúr-i toi tai...

For Time, see page 163.

Health & Emergency

Can you recommend a pediatrician? **Bạn có thể giới thiệu một bác sĩ nhi khoa không?**
ban kó tẻi júr-i ti-yoh mot bák shĩ ni kwa kog

My child is allergic to... **Con tôi dị ứng với...**
kon toi zi óorg vur-i...

My child is missing. **Con tôi bị lạc.** *kon toi bi lak*

Have you seen a boy/girl? **Bạn có thấy một bé trai/bé gái không?**
ban kó táy mot bé trai/bé gái kog

For Health, see page 150.

For Police, see page 148.

Disabled Travelers

ESSENTIAL

Is there access for the disabled?	**Có lối vào cho người tàn tật không?** *kó ló-i và-o cho gèw-ur-i tàn tat kog*
Is there…?	**Có… không?** *kó… kog*
a wheelchair ramp	**dốc cho xe lăn** *zók cho se lan*
a disabled-accessible toilet	**phòng vệ sinh dành cho người khuyết tật?** *fòg vei shin zàn cho gèw-ur-i kóo-yit tat kog*
I need…	**Tôi cần…** *toi kàn*
assistance	**sự giúp đỡ** *shur jóop dữr*
an elevator [a lift]	**thang máy** *tag máy*
a ground-floor room	**phòng ở tầng trệt** *fòg ửr tàg tret*

Asking for Assistance

I'm…	**Tôi…** *toi*
disabled	**bị khuyết tật** *bi kóo-yit tat*
visually impaired	**suy giảm thị lực** *shoo-i jảm ti lur-k*
deaf	**điếc** *dí-uhk*
hearing impaired	**suy giảm thính lực** *shoo-i jảm tín lur-k*
unable to walk far/ use the stairs	**không thể đi xa/đi cầu thang** *kog tểi di sa/di kòh tag*
Please speak louder.	**Xin nói lớn hơn.** *sin nói lứr-n hur-n*
Can I bring my wheelchair?	**Tôi có thể mang xe lăn của tôi không?** *toi kó tểi mag se lan kòoa toi kog*
Are guide dogs	**Chó dẫn đường có được vào không?**

permitted?	*chó dãn dèw-urg kó dew-urk vào kog*
Can you help me?	**Bạn có thể giúp tôi không?**
	ban kó tẻi jóop toi kog
Please open/hold the door.	**Vui lòng mở/giữ cửa giùm.**
	voo-i lòg mửr/jỏor kửr-a jòom

In an Emergency

Emergencies

ESSENTIAL

Help!	**Cứu tôi với!**	*kúr-ew toi vúr-i*
Go away!	**Tránh ra!**	*trán ra*
Stop, thief!	**Ăn cướp, dừng lại!**	*sn kéw-urp, zòorg lai*
Get a doctor!	**Gọi bác sĩ!**	*goi bák shĩ*
Fire!	**Cháy!**	*cháy*
I'm lost.	**Tôi bị lạc.**	*toi bi lak*
Can you help me?	**Bạn có thể giúp tôi không?**	*ban kó tẻi jóop toi kog*

In an emergency, dial:
113 for the police

115 for an ambulance
114 for the fire department

YOU MAY HEAR...

Xin điền vào mẫu. *sin dì-uhn vào mõh*

Vui lòng cho xem giấy tờ.
voo-i lòg cho sem jáy tùr

Việc xảy ra khi nào/ở đâu?
vi-uhk sảy ra ki nào/ừr doh

Anh ấy/Cô ấy trông như thế nào?
an áy/Ko áy trog noor téi nào

Fill out this form.
Your ID, please.

When/Where did it happen?

What does he/she look like?

Police

ESSENTIAL

Call the police!	**Gọi cảnh sát!**	*goi kản shát*
Where's the police station?	**Đồn cảnh sát ở đâu?**	*dòn kản shát ửr doh*
There was an accident/attack.	**Ở đây có một tai nạn/ẩu đả.**	*Ửr day kó mot ty nan/ả-oo dả*
My child is missing.	**Con tôi bị lạc.**	*kon toi bi lak*
I need...	**Tôi cần...**	*toi kàn...*
an interpreter	**người phiên dịch...**	*gèw-ur-i fi-uhn zik*
to make a phone call.	**gọi điện thoại.**	*goi di-uhn twai*
I'm innocent.	**Tôi vô tội.**	*toi vo toi*

Crime & Lost Property

I want to report...	**Tôi muốn báo cáo...**	*toi móorn báo káo...*
a mugging	**một vụ trấn lột**	*mot voo trán lot*
a rape	**một vụ cưỡng hiếp**	*mot voo kẽw-urg hí-uhp*
a theft	**một kẻ trộm**	*mot kẻ trom*

I was mugged.	**Tôi bị trấn lột.**	*toi bi trán lot*
I was robbed.	**Tôi bị cướp.**	*toi bi kéw-urp*
I lost…	**Tôi mất…**	*toi mát…*
…was stolen.	**… bị trộm.**	*… bi trom*
My backpack	**Ba-lô của tôi**	*ba-lo cỏo-a toi*
My bicycle	**Xe đạp của tôi**	*se dap kỏo-a toi*
My camera	**Máy ảnh của tôi**	*máy ản kỏo-a toi*
My (hire) car	**Xe (thuê) của tôi**	*se (too-ei) kỏo-a toi*
My computer	**Máy tính của tôi**	*máy tín kỏo-a toi*
My credit card	**Thẻ tín dụng của tôi**	*tẻ tín zoog kỏo-a toi*
My jewelry	**Trang sức của tôi**	*tran shúr-k kỏo-a toi*
My money	**Tiền của tôi**	*tì-uhn kỏo-a toi*
My passport	**Hộ chiếu của tôi**	*ho chí-yoh kỏo-a toi*
My purse [handbag]	**Túi [giỏ xách] của tôi** *tóo-i [jỏ sák] kỏo-a toi*	
My traveller's cheques	**Séc du lịch của tôi**	*shék zoo lik kỏo-a toi*
My wallet	**Ví của tôi**	*ví kỏo-a toi*
I need a police report.	**Tôi cần báo cáo của cảnh sát.** *toi càn báo káo kỏo-a kản shát*	
Where is the British/ American/Irish embassy?	**Đại sứ quán Anh/Mỹ/Ai-len ở đâu?** *dai shóor kwán An/Mĩ/Ai-len ử doh*	

149

The police deal with criminal and traffic affairs. Police duties vary depending on the color of the uniform: yellow is worn by traffic police, while green is worn by those tackling criminal issues. The emergency phone number for the police is **113**.

Health

ESSENTIAL

I'm sick	**Tôi bị bệnh** *toi bi ben*
I need an English-speaking doctor	**Tôi cần một bác sĩ nói tiếng Anh.** *toi kàn mot bák shĩ nói tí-uhg An*
It hurts here.	**Nó đau ở đây.** *nó da-oo ửr day*

Finding a Doctor

Can you recommend a doctor/dentist?	**Xin giới thiệu một bác sĩ/nha sĩ?** *sin júr-i ti-yoh mot bák shĩ/na shĩ*
Can the doctor come here?	**Bác sĩ có thể đến đây không?** *bák shĩ kó tẻi dén day kog*
I need an English-speaking doctor.	**Tôi cần một bác sĩ nói tiếng Anh.** *toi kàn mot bák shĩ nói tí-uhg An*
What are the office hours?	**Giờ làm việc ở đây như thế nào?** *jùr làm vi-uhk ửr day nor téi nào*
I'd like an appointment for...	**Tôi cần một cuộc hẹn vào...** *toi kàn mot koork hen vào...*
today	**hôm nay** *hom nay*
tomorrow	**ngày mai** *này mai*
as soon as possible	**ngay khi có thể** *nay ki kó tẻi*
It's urgent.	**Khẩn cấp.** *kản káp*

Symptoms

I'm bleeding.	**Tôi bị chảy máu.** *toi bi chảy máu*
I'm constipated.	**Tôi bị táo bón.** *toi bi táo bón*
I'm dizzy.	**Tôi bị hoa mắt.** *toi bi hwa mát*
I'm nauseous.	**Tôi bị buồn nôn.** *toi bi bòorn non*
I'm vomiting.	**Tôi nôn mửa.** *toi non mửr-a*

It hurts here.	**Đau ở đây.**	*da-oo ử day*
I have…	**Tôi bị …**	*toi bi …*
an allergic reaction	**dị ứng**	*zi óorg*
chest pain	**đau ngực**	*dau nur-k*
cramps	**chuột rút**	*choort róot*
diarrhea	**tiêu chảy**	*ti-yoh chảy*
an earache	**đau tai**	*da-oo ta-i*
a fever	**sốt**	*shót*
a headache	**đau đầu**	*da-oo dòh*
pain	**đau**	*dau*
a rash	**phát ban**	*fát ban*
a sprain	**bong gân**	*bog gan*
some swelling	**sưng tấy**	*shoorg táy*
a sore throat	**đau họng**	*da-oo hog*
a stomachache	**đau dạ dày**	*da-oo za zày*
I've been sick	**Tôi cảm thấy ốm … ngày rồi.**	
for…days.	*toi kảm táy óm … gày ròi*	

For Numbers, see page 161.

Conditions

I'm...	**Tôi bị...** *toi bi ...*
anemic	**thiếu máu** *tí-yoh má-oo*
asthmatic	**hen** *hen*
diabetic	**bệnh đái đường** *ben dá-i dèw-urg*
epileptic	**động kinh** *dog kin*
I'm allergic to	**Tôi dị ứng với** *toi zi óorg vúr-i*
antibiotics/penicillin.	**thuốc kháng sinh/penicillin** *tóork kán shin/penicillin*
I have...	**Tôi bị...** *toi bi ...*
arthritis	**viêm khớp.** *toi bi vi-uhm kúrp*
a heart condition	**vấn đề về tim mạch** *ván dèi vèi tim mak*
high/low blood pressure	**huyết áp cao/thấp** *hóo-yit áp kao/táp*
I'm on...	**Tôi dùng...** *toi dòog...*

Treatment

Do I need a prescription/ medicine?	**Tôi có cần một toa thuốc/thuốc?** *toi kó kàn mot twa tóork/tóork*
Can you prescribe a generic drug [unbranded medication]?	**Xin kê cho tôi một loại thuốc theo tên hóa học [thuốc không có nhãn]?** *sin kei cho toi mot lwai tóork teh-ao ten hwa hok [tóork kog kó nan]*
Where can I get it?	**Tôi có thể lấy nó ở đâu?** *toi kó tẻi láy nó ửr dau*

For What to Take, see page 157.

YOU MAY HEAR...

Có chuyện gì vậy? *kó chọo-in jì vay*	What's wrong?
Đau ở đâu? *da-oo ửr doh*	Where does it hurt?
Có đau ở đây không? *kò da-oo ửr dai kog*	Does it hurt here?
Bạn đang uống bất kỳ loại thuốc nào không? *ban dag oỀorg bàt ki⁻lwai toork nào kog*	Are you on medication?
Bạn có dị ứng với bất kỳ thứ gì không? *ban koÈ di ừrg voÈi bắt ki⁻ từr zi⁻ kog*	Are you allergic to anything?
Hãy mở miệng ra. *hãy mửr mi-uhg ra*	Open your mouth.
Hãy thở sâu. *hãy tửr soh*	Breathe deeply.
Hãy ho ra. *hãy ho ra*	Cough, please.
Đến bệnh viện. *dén ben vi-uhn*	Go to the hospital.

Hospital

Notify my family, please.	**Xin báo cho gia đình tôi.** *sin báo cho ja dìn toi*
I'm in pain.	**Tôi đang bị đau.** *toi dan bi dau*
I need a doctor/nurse.	**Tôi cần một bác sĩ/y tá.** *toi kàn mot bák shĩ/i tá*
When are visiting hours?	**Khi nào đến giờ thăm bệnh?** *ki nào dén jừr tam ben*
I'm visiting...	**Tôi đang thăm...** *toi dan tam...*

Dentist

I have…	**Tôi bị…** *toi bi…*
a broken tooth	**gãy một cái răng** *ghãy mot kái rag*
a lost filling	**mất trám răng** *mat tram rag*
a toothache	**đau răng** *da-oo rag*
Can you fix this denture?	**Anh có thể sửa cái răng giả này không?** *an kó tẻi shủr-a kái rag jả này kog*

Gynecologist

I have cramps.	**Tôi bị đau bụng.** *da-oo boog*
I have a vaginal infection.	**Tôi bị nhiễm trùng âm đạo.** *toi bi nĩ-uhm tròog am dao*
I missed my period.	**Tôi bị trễ kì kinh nguyệt.** *toi bi trẽ kì kin noo-yit*
I'm on the Pill.	**Tôi đang dùng thuốc tránh thai.** *toi dag zòog tóork trán ta-i*
I'm (…months) pregnant.	**Tôi đang mang thai (… tháng).** *toi dag mag tai (…tág)*
I'm not pregnant.	**Tôi không mang thai.** *Toi kog mag tai.*
My last period was…	**Kì kinh cuối cùng của tôi vào lúc…** *kì kin kóori kòog kỏo-a toi vào look…*

For Numbers, see page 161.

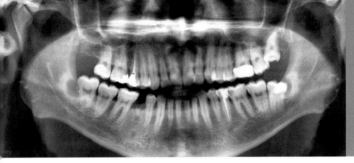

Optician

I lost…	**Tôi mất…** *Toi mát…*
a contact lens	**kính sát tròng** *kín shát tròg*
my glasses	**kính của tôi** *kín kảo-a toi*
a lens	**kính sát tròng** *kín shát tròg*

Payment & Insurance

How much?	**Tôi nợ bạn bao nhiêu?**
	toi nur bao ni-yoh
Can I pay by credit card?	**Tôi có thể trả bằng thẻ tín dụng không?**
	toi kó tẻi trả bàg tẻ tín zoog kog
I have insurance.	**Tôi có bảo hiểm.**
	toi kó bao hi-uhm
I need a receipt for my insurance.	**Tôi có thể lấy biên lai để thanh toán bảo hiểm không?** *toi kó tẻ láy bi-uhn lai dẻ tan twán bả-o hỉ-uhm kog*

Pharmacy

ESSENTIAL

Where's the pharmacy?	**Hiệu thuốc ở đâu?**	*hi-yoh tóork ủr doh*
What time does it open/close?	**Mấy giờ mở/đóng cửa?**	*máy jừr mủr/dóg kủr-a*
What would you recommend for…?	**Anh để nghị nên dùng gì cho…?**	*an đèi ni nen dòng jì cho…*
How much do I take?	**Tôi dùng bao nhiêu?**	*toi dòng bao ni-yoh*
I'm allergic to…	**Tôi dị ứng với…**	*toi zi óorg vúr-i…*

Vietnamese pharmacies follow both Western and Eastern concepts of healthcare. There are the usual over-the-counter medicines along with those that are made from exotic herbs and roots. There are also traditional Vietnamese pharmacies. To avoid any unnecessary hassle at customs, make sure all medication is clearly marked and in its original prescription bottle.

What to Take

How much do I take?	**Tôi dùng bao nhiêu?** *toi dòog bao ni-yoh*
How often?	**Bao lâu một lần?** *bao lau mot làn*
Is it safe for children?	**Có an toàn cho trẻ em không?** *kó an twàn cho trẻ em kog*
Are there side effects?	**Có tác dụng phụ không?** *kó ták joog foo kog*
I need something for...	**Tôi cần thuốc cho...** *toi kàn tóork cho...*
a cold	**cảm** *kảm*
a cough	**ho** *ho*
diarrhea	**tiêu chảy** *ti-yoh chảy*
a headache	**đau đầu** *da-oo dòh*
insect bites	**côn trùng cắn** *kon tròog kán*
motion sickness	**say tàu xe** *shay tà-oo se*
a sore throat	**đau họng** *da-oo hog*
sunburn	**cháy nắng** *cháy nág*
a toothache	**đau răng** *da-oo rag*
an upset stomach	**đau bụng** *da-oo boog*

Basic Supplies

I'd like...	**Tôi muốn...** *toi móorn*
acetaminophen [paracetamol]	**thuốc giảm đau và hạ sốt [paracetamol]** *tóork jảm da-oo và ha sót [paracetamol]*

YOU MAY SEE...

mỗi ngày một lần/ba lần	once/three times a day
viên	tablet
thuốc nhỏ	drop
muỗng uống trà	teaspoon
các bữa ăn	...meals
Sau	After
Trước	Before
Với	With
khi bụng đói	on an empty stomach
nuốt chửng	swallow whole
có thể gây buồn ngủ	may cause drowsiness
không ăn vào	do not ingest

antiseptic cream	**kem khử trùng** *kem kỏor tròog*
aspirin	**aspirin** *aspirin*
bandages	**băng** *bag*
a comb	**bàn chải** *bàn chải*
condoms	**bao cao su** *bao kao shoo*
contact lens	**thuốc nước cho kính sát tròng**
solution	*tóork new-úrk cho kín shát tròg*

deodorant	**chất khử mùi** *chát kỏor mòo-i*
a hairbrush	**lược chải tóc** *lew-urk chải tók*
hairspray	**keo xịt tóc** *keh-ao sit tók*
ibuprofen	**ibuprofen** *ibuprofen*
insect repellent	**thuốc giảm sưng tấy do côn trùng** *tóork jảm shoorg táy zo kon tròog*
lotion	**kem dưỡng thể** *kem zẽw-urg tẻi*
a nail file	**cái giũa móng tay** *kái jõo-a móg tay*
a (disposable) razor	**dao cạo (dùng một lần)** *jao kao (dòog mot làn)*
razor blades	**lưỡi dao cạo** *lẽw-ur-i jao kao*
sanitary napkins [pads]	**băng vệ sinh [băng]** *bag vei shin [bag]*
shampoo/ conditioner	**dầu gội/dầu xả** *jòh goi/jòh sả*
soap	**xà phòng** *sà fòg*
sunscreen	**kem chống nắng** *kem chóg nág*
tampons	**băng vệ sinh dạng que** *bag vei shin zag kwe*
tissues	**khăn giấy** *kan jáy*
toilet paper	**giấy vệ sinh** *jáy vei shin*
toothpaste	**kem đánh răng** *kem dán rag*

For Baby Essentials, see page 141.

The Basics

Grammar

Regular Verbs

Vietnamese verb forms are even more invariable than English ones, with no differences between the singular and plural forms.

Tôi học	I learn
bạn học	you learn (singular)
anh/co(ông/bà) ấy học	he/she learns
chúng tôi học	we learn
các bạn học	you learn (plural)
họ học	they learn

Past tense

The prefix **ëđãí** is placed before the verb to show that the action has been completed.

Tôi ăn sáng mỗi ngày.	I eat breakfast everyday.
Hôm nay tôi đã ăn sáng.	I ate breakfast today.

Future tense

The prefix 'sẽɪ' is placed before the verb.

Tôi học tiếng Việt.	I learn Vietnamese.
Năm sau tôi sẽɪ học	Next year I'm going to learn Vietnamese.

Nouns & Articles

Vietnamese nouns have no articles (a, an, the) and no plural forms. Whether the noun is singular or plural is established by the context, the complement, or by a number modifying the noun.

Cho tôi một vé đến bảo tàng Hồ Chí Minh.	I'd like a (one) ticket to the Ho
cho toi mọt vé đến bảo tàg Hò Kí Min	Chi Minh museum.
Cho tôi ba vé đến bảo tàng Hồ Chí Minh.	I'd like three tickets to the Ho
cho toi ba vé đến bảo tàg Hò Kí Min	Chi Minh museum.

Nouns & adjectives

There are no articles (a, an, the) or singular or plural in Vietnamese. Whether the noun is singular or plural is judged from the context, or by a number modifying the noun. Unlike in English, nouns precede adjectives.

Pronouns

Personal pronouns (I/me, you, he/him, she/her, etc.) all have the same form. This rule holds true in either the subject sense or the object sense.

Tôi đã đưa vé cho anh ta.	I gave the ticket to him.
toi dã dur-a vé cho an ta	
Anh ta đã đưa vé cho tôi.	He gave the ticket to me
an ta dã dur-a vé cho toi	

Numbers

ESSENTIAL

0	**không**	*kog*
1	**một**	*mot*
2	**hai**	*hai*
3	**ba**	*ba*
4	**bốn**	*bón*
5	**năm**	*nam*
6	**sáu**	*shá-oo*
7	**bảy**	*bảy*

8	**tám** *tám*
9	**chín** *chín*
10	**mười** *mèw-ur-i*
11	**mười một** *mèw-ur-i mot*
12	**mười hai** *mèw-ur-i hai*
13	**mười ba** *mèw-ur-i ba*
14	**mười bốn** *mèw-ur-i bón*
15	**mười lăm** *mèw-ur-i lam*
16	**mười sáu** *mèw-ur-i shá-oo*
17	**mười bảy** *mèw-ur-i bảy*
18	**mười tám** *mèw-ur-i tám*
19	**mười chín** *mèw-ur-i chín*
20	**hai mươi** *hai mew-ur-i*
21	**hai mốt** *hai mót*
22	**hai hai** *hai hai*
30	**ba mươi** *ba mew-ur-i*
31	**ba mốt** *ba mót*
40	**bốn mươi** *bón mew-ur-i*
50	**năm mươi** *nam mew-ur-i*
60	**sáu mươi** *shá-oo mew-ur-i*
70	**bảy mươi** *bảy mew-ur-i*
80	**tám mươi** *tám mew-ur-i*
90	**chín mươi** *chín mew-ur-i*
100	**một trăm** *mot tram*
101	**một trăm lẻ một** *mot tram lẻ mot*
200	**hai trăm** *hai tram*
500	**năm trăm** *nam tram*
1,000	**một nghìn** *mot gìn*
10,000	**mười nghìn** *mèw-ur-i gin*
1,000,000	**một triệu** *mot tri-yoh*

Ordinal Numbers

first	**thứ nhất**	*tóor nát*
second	**thứ hai**	*tóor hai*
third	**thứ ba**	*tóor ba*
fourth	**thứ tư**	*tóor toor*
fifth	**thứ năm**	*tóor nam*
once	**một lần**	*mot làn*
twice	**hai lần**	*hai làn*
three times	**ba lần**	*ba làn*

Time

ESSENTIAL

What time is it?	**Bây giờ là mấy giờ?**	*Bay jùr là máy jùr?*
It's midday.	**Giờ là giữa trưa.**	*Jùr là jũr-a trur-a.*
At midnight.	**Lúc nửa đêm.**	*Lóok nủr-a dem.*
From one o'clock to two o'clock.	**Từ một giờ đến hai giờ.**	*Tòor mot jùr dén hai jùr.*
Five past three.	**Ba giờ năm.**	*Ba jùr nam.*
A quarter to ten.	**Mười giờ kém mười lăm.**	*Mèw-ur-i jùr kém mèw-ur-i lam.*
5:30 a.m./p.m.	**5:30 sáng/chiều.**	*Nam jùr ba mew-ur-i sán/chì-yoh*

Days

ESSENTIAL

Monday	**thứ Hai**	*tóor hai*
Tuesday	**thứ Ba**	*tóor ba*
Wednesday	**thứ Tư**	*tóor toor*
Thursday	**thứ Năm**	*tóor nam*
Friday	**thứ Sáu**	*tóor shá-oo*
Saturday	**thứ Bảy**	*tóor bảy*
Sunday	**Chủ nhật**	*chỏo nat*

Dates

yesterday	**hôm qua** *hom kwa*
today	**hôm nay** *hom nay*
tomorrow	**ngày mai** *gày mai*
day	**ngày** *gày*
week	**tuần** *tòo-uhn*
month	**tháng** *tág*
year	**năm** *nam*

Months

January	**tháng Một/tháng Giêng** *tág mot/tág ji-uhg*
February	**tháng Hai** *tág hai*
March	**tháng Ba** *tág ba*
April	**tháng Tư** *tág toor*
May	**tháng Năm** *tág nam*
June	**tháng Sáu** *tág shá-oo*
July	**tháng Bảy** *tág bảy*
August	**tháng Tám** *tág tám*
September	**tháng Chín** *tág chín*
October	**tháng Mười** *tág mèw-ur-i*
November	**tháng Mười Một** *tág mèw-ur-i mot*
December	**tháng Mười Hai/tháng Chạp** *tág mèw-ur-i hai/tág chap*

Seasons

spring	**mùa xuân** *mòo-a soo-uhn*
summer	**mùa hè/mùa hạ** *mòo-a hè/moo-a ha*
fall [autumn]	**mùa thu** *mòo-a too*
winter	**mùa đông** *mòo-a dog*

Vietnam is officially atheist, although liberal religious worship is tolerated throughout the country. The most widely practiced religions are Buddhism, Islam, Catholicism and Protestantism. Buddhism found its way into Vietnam in the second century A.D. and became the most influential religion in Vietnam. Islam was introduced in the late 19th century. Followers of Protestantism and Catholicism are mainly concentrated in large cities. There are also some followers of Taoism.

Holidays

January 1	New Year's Day	**Tết Dương lịch**
January/February	Lunar New Year	**Tết Âm lịch**
March 3	Women's Day	**ngày Quốc tế Phụ nư**
April 30	Winning Day	**ngày Chiến thắng**
May 1	Labor Day	**ngày Quốc tế Lao động**
June 1	Children's Day	**ngày Quốc tế Thiếu nhi**
September 2	Independence Day	**ngày Quốc Khánh**
October 6	Mid-Autumn Festival	**Tết Trung thu**
December 24-25	Christmas	**Giáng sinh**

Conversion Tables

When you know	Multiply by	To find
ounces	28.3	grams
pounds	0.45	kilograms
inches	2.54	centimeters
feet	0.3	meters
miles	1.61	kilometers
square inches	6.45	sq. centimeters
square feet	0.09	sq. meters
square miles	2.59	sq. kilometers
pints (U.S./Brit)	0.47/0.56	liters
gallons (U.S./Brit)	3.8/4.5	liters
Fahrenheit	5/9, after 32	Centigrade
Centigrade	9/5, then +32	Fahrenheit

Kilometers to Miles Conversions	
1 km	0.62 miles
5 km	3.1 miles
10 km	6.2 miles
50 km	31 miles
100 km	62 miles

Measurement		
1 gram	= 1000 milligrams	= 0.035 oz.
1 kilogram (kg)	= 1000 grams	= 2.2 lb
1 liter (l)	= 1000 milliliters	= 1.06 U.S./0.88 Brit. Quarts
1 centimeter	= 10 millimeters	= 0.4 inch(cm)
1 meter (m)	= 100 centimeters	= 39.37 inches/3.28 ft.
1 kilometer	= 1000 meters	= 0.62 mile(km)

Temperature

-40°C	-40°F	-1°C	30°F	20°C	68°F
-30°C	-22°F	0°C	32°F	25°C	77°F
-20°C	-4°F	5°C	41°F	30°C	86°F
-10°C	14°F	10°C	50°F	35°C	95°F
-5°C	23°F	15°C	59°F		

Oven Temperature

100°C	212°F	177°C	350°F
121°C	250°F	204°C	400°F
149°C	300°F	260°C	500°F

Dictionary

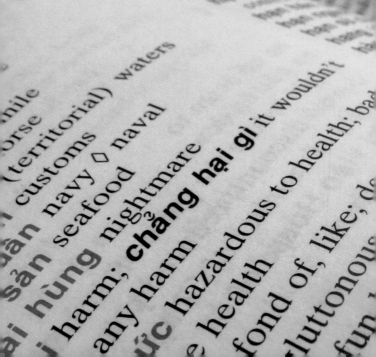

A

a few một vài

a little một ít

a lot nhiều

a.m. chiều

abbey tu viện

about (approximately) khoảng

accept, to chấp nhập

accident tai nạn

accompany, to đi cùng

actor/actress nam diễn viên/nữ diễn viên

adapter ống nối

address (n) địa chỉ

adult (n) người lớn

after (time) sau khi

after-shave sau khi cạo

after-sun lotion sữa dưỡng sau khi ra nắng

afternoon, in the vào buổi chiều

ago cách đây

agree: I don't agree đồng ý: tôi không đồng ý

air: ~ conditioning không khí: điều khí kog kí

~mail thư hàng không

airport sân bay

alarm clock đồng hồ báo thức

alcoholic (drink) đồ uống cồn

all tất cả

allergic, to be bị dị ứng

almost hầu như

alone một mình

already rồi

| **adj** adjective | **BE** British English | **prep** preposition |
| **adv** adverb | **n** noun | **v** verb |

also cuõng

alter, to thay đổi

alternative route
 tuyến đường khác

alumin(i)um foil lá nhôm

always luôn luôn

a.m. sáng

am sang; I am giờ sang

amazing ngạc nhiên

ambassador đại sứ

ambulance xe cứu thương

American Mĩ

amount số lượng

amusement arcade
 gian giải trí

anaesthetic thuốc gây mê

and và

animal động vật

another khác

antacid chất làm giảm độ axit
 dạ dày

antibiotics thuốc kháng sinh

antique đồ cổ

antiseptic cream
 thuốc khử trùng

any bất kỳ

apartment căn hộ

apologize: I apologize
 xin lỗi: sin loi-i

appendicitis viêm ruột thừa

appointment (to make an ...)
 hẹn gặp

arm cánh tay

arrive, to đến

art gallery
 phòng trưng bày nghệ thuật

arthritis, to have
 bị viêm khớp

artificial sweetener
 đường nhân tạo

artist nghệ sĩ, họa sĩ

ashtray cái gạt tàn

ask (+for): I asked for
 yêu cầu: tôi yêu cầu

aspirin atpirin

asthma, to have bị hen suyễn

at (place) ơ tại

at (time) vào lúc

ATM/cash machine ATM/máy
 rút tiền tự động

attractive hấp dẫn
aunt dì
Australia Úc
Australian người Úc
automatic (car) tự động
awful oai nghiêm

B

baby trẻ em
~ **food** thức ăn trẻ em
~ **wipes** khăn trẻ em
~-**sitter** người trong trẻ
backpacking balô đeo vai
bag túi
baggage hành lý
~ **check** biên nhận hành lý
~ **reclaim** lấy lại hành lý
bakery hiệu bánh
ball quả bóng
band ban nhạc
bandage (n) băng gạc ; (v) quấn
  băng
bank ngân hàng
bar quán rượu
barber thợ cắt tóc

basketball bóng rổ
bath bồn tắm
~**towel** khăn tắm
bathroom (toilet) nhà vệ sinh
  (with bath) nhà tắm
battery pin
be, to thì, là
beach bãi biển
beard râu
beautiful đẹp
because (of) bởi vì
bed cái giường
~ **and breakfast**
  phòng và bữa sáng
beer bia
before trước khi
begin, to
  bắt đầu
beige màu be
belt dây lưng
best tốt nhất
better tốt hơn
beyond repair (car)
  không thể sửa
bib yếm

bicycle xe đạp

~ **hire** thuê xe đạp

big lớn

bigger lớn hôn

bikini áo tắm hai mảnh

bill (check) hóa đôn

bin liner túi lót thùng rác

binoculars ống nhòm

bird con chim

birthday ngày sinh

biscuits bánh quy

bite (insect) cắn

black đen

film (camera) phim

blanket chăn

bleach (n)
   chất tẩy trắng (v) tẩy trắng

bleeding chảy máu

blinds người mù

blister thuốc làm giộp da

blocked, to be bị chắn

blood máu

~ **pressure (high)** huyết áp

blouse áo chồng

blue xanh dûông

board, on lên tàu

boat tàu

~ **trip** chuyến du thuyền

boiled được nấu sôi

book sách

~**store** hiệu sách

book, to đặt

boring chán

botanical garden vườn bách thảo

bottle chaïï

~ **of wine** chai rượu

~**-opener** cái mở nắp chai

bottled (beer) đóng chai

boy con trai

boyfriend bạn trai

bra áo ngực

bracelet vòng tay

bread bánh mì

break, to vơ

broken down vỡ ra

breakfast bữa sáng

breast vú

breathe, to thở ra

bridge cầu

briefs quần bó
Britain nước Anh
British người Anh
broken, to be (bone) bị gãy
bronchitis viêm phế quản
brooch trâm
brother (older) anh trai
(younger) em trai
brown nâu
bruise vết thâm
bucket thùngâ
bureau de change
  Quầy đôœi tiền
burger thịt băm viên
burn vết bỏng
bus xe buýt
  ~ route tuyến xe buýt
  ~ station bến xe buýt
  ~ stop trạm xe buýt
business kinh doanh
  ~ class lớp kinh doanh
  ~ trip chuyến công tác
on ~ đang đi công tác
busy (occupied) bận rộn
butcher người hàng thịt

butter bơ
button nút
buy, to mua
bye! tạm biệt!

C

café quán cà phê
cake bánh
camera máy quay phim
camp, to cắm trại
campbed giường trại
campsite bãi cắm trại
can hộp
~opener cái mở hộp
Canada nước Canada
Canadian Người Canada
cancel, to huyû bỏ
cancer bệnh ung thư
candles những cây nến
candy kẹo
Cantonese tiếng Trung Quốc
car (automobile) xe ôtô
  ~ ferry phà
  ~ park bãi đỗ xe ôtô
  ~ rental [hire] cho thuê ôtô

by ~ đi bằng ôtô
car (train compartment)
  toa tầu
carafe bình nước
caravan (trailer) nhà di động
careful: be careful!
  cẩn thận; cẩn thận đấy!
carry-cot lều mang theo
cash tiền mặt
  ~ **machine** máy tiền
cash, to đôœi tiền mãit
casino sòng bạc
Catholic thiên chúa giáo
cave hang động
CD đóa CD
  ~**-player** đầu chôi đóa CD
cemetery nghóa trang
center of town
  trung tâm thành phố
ceramics thuộc đồ gốm
change (coins) tiền lẻ
change, to thay đổi
changing facilities
  thiết bị thay thế
chapel nhà thờ nhỏ

charcoal than
cheap rẻ
cheaper rẻ hôn
check [BE chequebook]
  quyển séc
check in, to ghi tên
check-in desk bàn ghi tên
check out, to (hotel) trả phòng
cheers! chúc mừng!
cheese pho mát
chess (set) cờ
chest (body) ngực
chewing gum kẹo cao su
child đứa trẻ
  ~ **seat (in car)** ghế trẻ em
children trẻ em
  ~ **children's meals**
  thực đôn trẻ em
China Nước Trung Quốc
Chinese
  người Trung Kwòk
chocolate sôcôla
chopsticks duõa
Christmas giáng sinh
church nhà thờ

cigarette kiosk
  quầy bán thuốc lá
cigarettes, packet of
  bao thuốc lá
cigars xi-gà
clean sạch
cling film phim dính
clinic trạm xá
clock đồng hồ treo tường
close (near) gần
close, to đóng
clothing store [clothes shop]
  cửa hàng bán quần áo
cloudy, to be có mây
clubs (golf) câu lạc bộ
coast bờ biển
coat áo khốc chồng
  ~hanger cái máng áo
cockroach con gián
code (area, dialling) mã
coffee cà phê
coin tiền xu
cold (adj.) lạnh
cold (flu) cúm
collect, to sưu tầm

color màu
comb cái lược
come back, to trở lại
company (business) công ty
computer máy vi tính
concert buổi hồ nhạc
concussion: he has
  ~ anh ấy bị chấn
  đônngj não bộ
conditioner (hair)
  dầu dưỡng tóc
condoms bao cao su
confirm, to đảm bảo
constipation chứng táo bón
consulate tham khảo
contact lens kính sát tròng
contact, to liên lạc
contageous, to be
  lây lan
contain, to bao gồm
contraceptive
  để tránh thụ thai
cook (chef) đầu bếp
cook, to nấu nướng
coolbox bình lạnh

copper đồng

copy (n.) bản sao

corkscrew cái vặn nút chai

corner góc

cosmetics đồ trang điểm

cot (child's) nôi trẻ em

cotton bông

cotton wool len bông

cough (n.) côn ho (v.) ho

country (nation) nước

course món ăn đưa
  lần lượt

cramps chứng

creche nôi giữ trẻ

credit card thẻ tín dụng

crib (child's)
  giường cuôi cho trẻ em

cross, to (road)
  vượt qua (đường)

crossroad giao lộ

crowded đông đúc

crown (dental) muõ (răng)

cruise (n.) chuyến đi

crutches nạng chống

cup cốc

currency tiền tệ

  ~ exchange office
  phòng đôi tiền

curtains rèm

customer service
  dịch vụ khách hàng

customs hải quan

  ~ declaration
  tờ khai hải quan

cut cắt

  ~ and blowdry và thổi khô

cutlery muỗng dùng ở bàn ăn

cycle route đường đi xe đạp

cystitis viêm bọng đái

D

daily hàng ngày

damaged, to be bị hỏng

damp làm ẩm

dance (n.) vuõ điệu

dangerous nguy hiểm

dark tối

daughter con gái

dawn bình minh

day ngày

~ **ticket** vé ngày

~ **trip** chuyến đi ban ngày

dead (battery) hết pin

deaf, to be bị điếc

declare, to khai báo

deep sâu

degrees (temperature) độ

delay sự chậm trễ

delicious ngon

deliver, to trao gửi

denim vải bông chéo

dental floss
  dây chỉ sáp làm sạch răng

dentist nha sỹ

dentures hàm răng giả

deodorant chất khử mùi

depart, to (train, bus)
  khởi hành

departure lounge
  phòng khởi hành

deposit (security) đặt cọc

describe, to miêu tả

destination đích

details chi tiết

detergent bột giặt

develop, to (photos)
  phát triển

diabetes bệnh

diabetic, to be
  bị bệnh đái đường

diagnosis
  chuẩn đốn

dialling (area) code
  mã số điện thoại

diamond kim cương

diapers vã lòt trẻ em

diarrhea ỉa chảy

dice hột xúc xắc

dictionary từ điển

diesel dầu

difficult khó

direct trực tiếp

directions các hướng

Directory Enquiries
  mục danh bạ

dirty bẩn

disabled (n.) bị tàn tật

discount giảm giá

dishwashing liquid
nước rửa bát

dislocated, to be
làm trật khớp

disposable camera máy ảnh
chuip xong có thể bỏ đi

dive, to lặn

diving equipment
dụng cụ lặn

divorced, to be ly dị

doctor bác sỹ

doll búp bê

dollar dôla

door cửa

double dôi

~ **bed** giường đôi

~ **room** phòng đôi

downtown
khu trung tâm

dozen một tá

dress váy

drink (n.) đồ uống

drink, to uống, một…

drinking water
nước uống

drive, to lái xe

driver tài xế

driver's license
bằng lái xe

**drowning: someone is
drowning** đuối: ai đó đang vị
đuối

drugstore quầy bán thuốc

drunk say

dry cleaner máy giặt khô

dubbed, to be gán tên

dummy (pacifier)
hình nộm

during trong suốt

dustbins thùng rác

duty: to pay duty
thuế: trả thuế

duvet chăn bông

E

e-mail thư điện tử

~ **address** địa chỉ …

ear tai

~ **drops** thuốc nhỏ tai

~ **ache** dau tai

early sớm

earlier sớm hơn

earrings khuyên tai

east phía đông

Easter lễ phục sinh

easy dễ

eat, to ăn

economy class hạng phổ thông

eggs trứng

electric: ~ shaver
 điện: máy cạo dâu bằng điện

electrical outlets [BE sockets]
 quầy bán đồ điện tử

elevator cầu thang máy

else: something else
 khác: thứ khác

embassy đại sứ quán

emerald ngọc lục bảo

emergency khẩn cấp

emergency (fire) exit
 lối thoát khẩn cấp

empty vắng

engaged, to be đính hôn

engine máy

England nước Anh

English người Anh

 ~-speaking nói tiếng Anh

enjoy, to hưởng thụ

enough đủ

that's ~ thế là đủ rồi

ensuite bathroom nhà tắm

entertainment guide
 quyển hướng dẫn giải trí

entrance fee lệ phí vào cửa

entry visa lối vào hộ tịch

envelope phong bì

epileptic, to be bị động kinh

equipment (sports)
 dụng cụ

error lỗi sai

E.U. (European Union)
 Cộng đồng Châu Âu

evening: in the
 ~ tối: vào buổi tối

every: ~ day hàng ngày

 ~ hour hàng giờ

 ~ week hàng tuần

except không kể

excess baggage quá hành lý

exchange, to đổi

  ~ rate tỷ giá hối đổi

excursion chuyến đi

exit lối ra

expensive đắt

expiration [expiry] date
  ngày hết hạn

express diễn đạt

eye mắt

F

fabric vải

face bộ mặt

facial sự xoa bóp mặt

facilities những tiện nghi

factor (sun cream) nhân tố

fall (to) rụng lá

fall (season) mùa thu

family gia đình

famous nổi tiếng

fan cái quạt

far xa

  ~-sighted cách xa

fare tiền ve

farm trang trại

fast nhanh

  ~ food thức ăn chế biến saün

fat (adj) mập (n) mỡ, chất béo

father cha

faucet vòi

faulty: this is faulty hỏng

feed, to cho ăn

feeding bottle
  bầu sữa cho trẻ em bú

feel ill, to cảm thấy

female đàn bà

ferry phà

feverish, to feel phát sốt

fiancé(e) hôn phu

field đồng ruộng

fight đấu tranh

fill out, to điền vào

filling (dental)
  sự hàn răng

film phim ảnh

fine (penalty) (n) tiền phạt

fine (well) hay

finger ngón tay

fire: ~ **alarm**
cháy: báo động cháy
~ **department [brigade]**
sở cứu hỏa
~ **escape** thang thốt hiểm
~ **extinguisher**
bình chữa cháy

first thứ nhất
~ **class (ticket)**
vé hạng nhất

fish restaurant
nhà hàng thủy hải sản

fish store [fishmonger]
người bán cá

fit, to (of clothes) vừa hợp

fitting room đồ đạc trong nhà

fix, to sửa chữa

flashlight đèn nháy

flat (puncture) dát mỏng

flight chuyến bay
~ **number** số hiệu bay

flip-flops dép tôngù

floor tầng

florist người bán hoa

flu bệnh cúm

flush: the toilet won't flush
dội nước: nhà vệ sinh không dội
nước

fly (insect) con ruồi

foggy, to be có suơng mù

follow, to theo

food thức ăn
~ **poisoning** ngộ độc thức ăn

foot bàn chân
~**path** lối đi bọ

football bóng đá

for đến
~ **a day** trong một ngày
~ **a week** trong một tuầãn

forecast (n) sự dự báo trước

foreign currency ngoại hối

forget, to quên

fork cái nóa

form (n) mẫu đôn

formal dress lễ phục

fortnight mười lăm ngày

fortunately mẳy mắn

four-wheel drive xe ô tô bốn
bánh

fourth thứ bốn

fracture sự gãy

frame (glasses) khung kính

free rảnh rỗi

frequently thường xuyên

friend người bạn

from từ

front đằng trước

frying pan cái chảo

further thêm nữa

G

gallon galông

game (sports) cuộc thi đấu

game (toy) trị chơi

garbage bags túi rác

garden vườn

gas: I smell gas! khí ga: tôi ngửi thấy khí ga

 ~ bottle bình khí

gas station trạm xăng

gasoline dầu hỏa

gate (airport) cửa

gay club câu lạc bộ tình dục đồng tính

genuine thành thật

get, to (find) kiếm được

 ~ off khởi hành

 ~ to (reach) đến

gift quà tặng

girl con gái

girlfriend bạn gái

give, to cho

glass cái ly

glasses (optical) kính đeo mắt

glove bao tay

go: to ~ to đi: từ ~ đến

let's ~! hãy ~ nào!

 ~ away! đi nôi khác

where does this bus go? chuyến xe buýt này đi đâu vậy? choo-ín se boo-yít này di doh vay

 ~ back về

 ~ for a walk đi bộ

gold (n) vàng (adj) bằng vàng

golf (n) môn đánh gôn (v) chôi gôn

 ~ course bãi chôi gôn

good ngon

  ~ **morning** xin chào

  ~ **afternoon** xin chào

  ~ **evening** xin chào

  ~ **night** chúc ngủ ngon

  ~ **value** giá vừa phải

good-bye tạm biệt

gram gam

grandparents ông bà

grapes chùm nho

gray có màu xám

great thật hay

green xanh lá cây

group nhóm n

guide người hướng dẫn

  ~ **book** sách hướng dẫn

guided tour chuyến du lịch có

  người hướng dẫn

guided walk/hike chuyến du

  lịch đi bộ đường dài

guitar đàn ghita

H

hair tóc; lông lá

  ~ **mousse/gel** keo xịt tóc

  ~ **spray** bình xịt tóc

  ~ **cut** cắt tóc

  ~ **dresser (shop)** thợ cắt tóc

half, a một nửa

  ~ **board** tiền phòng khách sạn

  và một bữa chính

  ~ **past** quá trễ

hammer búa

hand bàn tay

  ~ **luggage** hành lý xách tay

  ~ **washable**

  đồ giặt được bằng tay

handbag túi xách tay

handicapped, to be

  đã bị tàn tật

handkerchief khăn tay

hanger giá treo

hangover vết tích

harbor bến tàu

hat cái mũ

have có, sôœ hưu ko

hayfever

  bệnh sốt mùa cỏ khổ

head cái đầu

  ~**ache** chứng nhức đầu

hear, to nghe

hearing aid máy trợ thính

heart tim

  ~ attack côn đau tim

  ~condition bệnh tim

heater bếp lị

heavy nặng

height chiều cao

hello xin chào

help: can you help me?

  giúp đỡ

hemorrhoids bệnh tró

her cô ấy

here ở đây ủ

hernia chứng sa ruột

hers cái của cô ấy

it's hers nó là cái của chị ấy

hi! xin chào!

high cao

highlight, to (hair)

  làm nổi bật

highway quốc lộ

hike (n.) cuộc đi bộ đường dài

hiking sự đi bộ đường dài

  ~ boots người khuân hành lý

hill đồi

hire, to thuê mướnâ

his của ông ấy

holiday: on ~ có ngày nghỉ

  ~ resort nôi nghỉ mát

home nhà

homosexual (adj)

  đồng tính luyến ái

honeymoon tuần trăng mật

hopefully hy vọng

hospital bệnh viện

hotel khách sạn

hour một tiếng đồng hồ

house căn nha

housewife bà nội trơ

how? như thế nào?

how far…? xa bao nhiêu?

how long…?

  mất bao nhiêu thời gian?

how many …?

  hết bao nhiêu …?

how much? (money)

  hết bao nhiêu tiền?

how much? (quantity)

  số lượng bao nhiêu?

how often? bao lâu một lần?

how old? đã bao nhiêu tuổi?

hundred trăm

  ~ thousand hàng trăm nghìn

hungry: I'm hungry

  đói: tôi đói

hurry: I'm in a hurry

  vội vàng; tôi đang vội

hurts vết thương

to be hurt bị tổn thương bi tổn

husband người chồng

I

ice nước đá

ice cream kem ăn

identification sự nhận dạng

ill ốm

illegal bất hợp lệ

imitation vật mô phỏng

immediately ngay lập tức

in vào lúc, trong lúc

included bao gồm cả

India nước Ấn Độ

indigestion chứng khó tiêu

Indonesia nước In-đô-nê-xi-a

inexpensive không đắt

infected, to be

  đã bị nhiễm độc

infection sự nhiễm trùng

inflammation of

  chứng viêm phổi

information sự thông tin

  ~ desk bàn thông tin

  ~ office phòng thông tin

injection sự tiêm

injured, to be đã bị làm tổn

  thương

innocent ngây thơ

insect côn trùng

  ~ bite vết cắn côn trùng

  ~ repellent cái bẫy côn trùng

inside ở trong

insomnia chứng mất ngủ

instructions lời chỉ dẫn

instructor huấn luyện viên

insulin ˈisulin

insurance sự bảo hiểm

interesting thú vị

International Student Card

  thẻ học viên quốc tế

Internet internet
interpreter người phiên dịch
intersection chỗ giao nhau
invitation lời mời
invite, to mời
Ireland Ireland
Irish người Ai-len
is: is it? nó là…?
Italian (cuisine) món ăn Yơ
itch: it itches
  ngứa; làm cho ngứa
itemized bill hóa đôn chi tiết

J

jacket áo vét
Japan nước Nhật
Japanese (cuisine) người Nhật
  (person) món ăn Nhật
jazz nhạc jazz
jeans quần bị
jellyfish con sứa
jet lag mệt mỏi
jet-ski trượt tuyết
jeweler thợ kim hỗn
journey cuộc hành trình

jumper người nhảy

K

kettle ấm đun nước
key chìa khóa xe
kiddie pool ahỗ bôi dàn cho
  treœ em
kilogram kilôgram
kilometer kilômet
kind (pleasant) bản tính
kiss, to hôn
kitchen phòng bếp
knee đầu gối
knickers quần lót cheõn gối
knife con dao
know: I don't know hiểu biết:
  tôi không biết
Korea Hàn Quốc
Korean người Hàn Quốc
kosher phục vụ cho chế độ ăn
  kiêng

L

label nhaün hiệu
lace dây buộc

lake hồ

language course dòng ngôn ngữ

large lớn

last (final) cuối cùng

late muộn

later muộn quá

laugh, to cười

laundromat hiệu giặt tự động

laundry: ~ facilities hiệu giặt

~ service dịch vụ giặt đồ

lavatory phòng rửa mặt

lawyer luật sư

laxative thuốc nhuận tràng

leak, to rỉ ra

learn, to học

leather da thuộc

left: on the ~ trái: bên trái

left-luggage office nôi giữ đồ đạc bỏ quên

leg chân

legal: is it legal? hợp pháp

leggings xà cạp

lemon quả chanh

lemonade nước chanh

length (of) chiều dài

lens ống kính

lesbian club câu lạc bộ đồng dục nữ

less ít hơn

lesson bài học

letter chữ cái

~box hộp thư tín

lifeboat xuồng cứu hộ

lifeguard vệ sĩ

lifejacket áo phao cứu hộ

life preserver [belt] áo có dây đai cứu hộ

lift (elevator) thang máy

lift (hitchhiking) sự đi nhờ xe

light (color) ánh sang

(electric) bóng đèn

(weight) nhẹ hơn

~bulb bóng đèn tròn

lighter (opp. darker) sáng hơn

lighter (cigarette) bật quẹt

like, to ưa thích

line (subway [metro]) đường

linen vải lanh

lip môi

  ~stick son môi

liqueur rượu mùi

liquor store hầm rượu

liter lít

little nhỏ

lobby hành lang

local (adj) mang tính địa phương

  (n) dân cư địa phương

  ~ anaesthetic gây mê cục bộ

lock, to khóa

  ~ oneself out nhốt mình ở

  ngõi

log on, to vào sổ

long dài

long distance bus xe buýt

  đường dài

  ~ -sighted viễn thị

how long cách bao xa

to be looking: đang nhìn

  ~ for đang tìm kiếm

loose lỏng

lose, to mất

lost-and-found office phòng

  thu giữ đồ đạc

love: I love you yêu: tôi yêu em

lovely đáng yêu

low thấp

  ~-fat béo lùn

luggage hành lý

  ~ cart [trolley] xe đẩy

  hành ký

  ~ locker tủ để hành lý

lunch bữa trưa

M

machine washable

  máy rửa bát

madam bà

magazine tạp chí

magnificent tráng lệ

maid người đẩy tớ gái

mail thư từ

make an appointment, to

  lên lịch gặp

make-up trang điểm

Malaysia Malaysia

male đàn ông

man đàn ông

manager người quản lý

manicure sự cắt sửa móng tay

manual (car)
điều khiển bằng tay

map bản đồ

margarine bơ thực vật

market chợ

married, to be
đã kết hôn

mascara thuốc bôi mi mắt

mask (diving)
mặt nạ ngụy trang

mass khối lượng

massage sự xoa bóp

match (sports)
cuộc thi đấu

matches diêm

mattress nệm

maybe có the

me tôi

meal bữa ăn

measles bệnh sởi

measure, to đo lường

meat thịt

medication dược phẩm

medium trung bình

men (toilets)
phòng vệ sinh nam

menu thực đôn

message thông điêp

metal kim loại

meter (in taxi) đồng hồ đo

metro xe điện ngầm

~ station ga xe điện ngầm

midday giữa ngày

midnight nửa đêm

migraine
chứng đau nửa đầu

mileage tổng số dặm đã
đi được

milk sữa

with ~ với ~

million một triệu

mine của tôi

mineral water nước khống

mini-bar quầy rượu nhỏ

minute giây

mirror phản chiếu

missing, to be sự quên lãng

mistake mắc lỗi

modern hiện đại

moisturizer
  nhân viên thẩm mỹ viện
monastery tu viện
money tiền bạc
  ~ order hóa đơn thanh tốn tiền
month tháng
monthly hàng tháng
(ticket) vé tháng
moped xe gắn máy
more thêm
mosque nhà thờ hồi giáo
mother mẹ
motion sickness sự đau ốm
  thường xuyên
motorbike xe môtô hạng nhẹ
motorboat xuồng máy sòorg
  máy
motorway đường cao tốc
mountain núi
  ~ bike xe đạp leo núi
moustache ria mép
mouth mồm
  ~ ulcer loét miệng
move, to chuyển động
movie phim

~ theater rạp chiếu phim
Mr. ông
Mrs. bà
much nhiều
mugged, to be bị bóp cổ
multiple journey (ticket)
  vé liên chặng
muscle bắp thịt
museum nhà bảo tàng
music âm nhạc
my của tôi

N

name tên
napkin khăn ăn
nappies tã lót
narrow hẹp
national thuôck quốc gia
nationality quốc tịch
nature reserve
  vật dự trữ tự nhiên
nausea nôn mửa
near gần
  ~-sighted cận thị
nearest gần nhất

nearby ở vị trí gần

necessary cần thiết

neck cổ

necklace
  vòng đeo cổ

nephew cháu trai

nerve thần kinh

never không bao giờ
  ~ mind không sao

new mới

New Year năm mới

New Zealand Niu Zilân

New Zealander
  người Niu Zilân

newspaper báo chí

newsstand [newsagent]
  quầy bán báo

next tiếp theo

nice dễ thương

niece cháu gái

night: at ~ đêm, ban đêm
  ~-club câu lạc bộ đêm

no không

no one không ai

noisy ồn ào, náo nhiệt

non-alcoholic
  không có rư

non-smoking
  không hútt thuốc

none không

noon trưa

normal bình thường

north phía bắc

nose muõi

note ghi chú

now bây giờ

nurse y tá

O

o'clock: it's...o'clock
  giờ: bây giờ là . . .

off licence mất bằng

off-peak ngởi cao điểm

office văn phòng

often thường xuyên

oil dầu

okay tốt

old (opp. new)
  cuõ (opp. young) già

on (day, date) vào

~ **foot** đi bộ

~ **my own** tự làm

~ **the hour** trong giờ

~ **the left** phía bên trái

~ **the right** phía bên phải

one: ~-**way** một: một chiều

~-**way ticket** vé một chiều

open mở

opening hours giờ mở cửa

opera nhạc kịch opera

operation cuộc phẫu thuật

opposite ngược

optician bác sỹ mắt

or hay

orange cam

order, to đặt món ăn

our(s) của chúng tôi

outdoor ngồi trời

outside bên ngồi

overdone (food)
nhừ quá nòor kwá

overnight qua đêm kwa dem

owe, to nị nur

P

p.m. chiều

pacifier [BE dummy] núm vú giả

pack, to gói

package gói

pain: to be in ~ nỗi đau: đang
bị đau

painter họa sỹ

painting bức tranh

pair of, a một đôi

palace cung điện

palpitations sự run rẩy

pants quần

pantyhose áo nịt

paper giấy

~ **napkins** giấy vệ sinh

paracetamol thuốc paracetamol

parcel gói gói

parents bố mẹ

park (n.) công viên

park, to đỗ xe

parking lot đỗ xe

parliament building tổ nhà
quốc hội

partner bạn

parts bộ phận

party tiệc tùng

pass, to vượt qua

pass through, to đi qua

passport hộ chiếu

patient (n.) bệnh nhân

pay, to trả tiền

~ **a fine** trả phiếu phạt

pay phone trả điện thoại

payment sự chi trả

pearl ngọc trai

pedestrian: ~ **crossing** đi bộ

~ **zone** khu vực dành cho người đi bộ

pen bút

pencil bút chì

penknife bút dao

pepper tiêu

per: ~ **day** mỗi: mỗi ngày

~ **hour** mỗi giờ

~ **night** mỗi tối

~ **week** mỗi tuần

period (menstrual) kỳ kinh nguyệt

~ **pains** đau kinh

petrol xăng

~ **station** trạm xăng

pharmacy nhà bán thuốc

Philippines người Philippin

phone: ~card điện thoại: thẻ điện thoại

~ **call** cuộc điện thoại

phone, to gọi điện

photo: to take a ~ ảnh: chụp ảnh

photocopier máy photocopy

photographer thợ chụp ảnh

pick up, to (collect) thu

picnic picnic

a piece một miến

pill thuốc

Pill: to be on the Pill thuốc: đang dùng thuốc tránh thai

pillow gối

~ **case** vỏ gối

pink màu hồng

pipe (smoking) tẩu

place nôi

plane máy bay

plans các kế hoạch

plant (n.) cây

plastic: ~ bags nhựa: túi nhựa

　~ wrap bao nhựa

plate đóa

platform đường ray

platinum bạch kim

play, to (music) chôi nhạc

　~ground sân chôi

pleasant dễ chịu

please xin vui lòng

plug ổ cắm

p.m. chiều

pneumonia viêm phổi

point to, to dẫn đến

poison chất độc

police cảnh sát

　~ report bản tường trình

　~ station trạm cảnh sát

pop (music) nhạc trẻ

popcorn ngô bung

port cảng

possible: as soon as possible

　có thể: càng sớm càng tốt

post (mail) thư từ

　~ office bưu điện

~ box hộp thư

~ card bưu thiếp

post, to gửi thư

pottery đồ gốm

pound (sterling)

　đồng bảng Anh

pregnant, to be có thai

prescription đôn thuốc

present (gift) quà

pretty đẹp

priest cha đạo

prison nhà tù

Protestant

　đạo tin lành

pub quán

puncture hỏng lốp xe

purple màu tím

purse ví, túi xách

push-chair ghế đẩy

Q

quality chất lượng

quantity số lượng

queue, to xếp hàng

quick nhanh

quickly một cách
nhanh chóng
quiet yên lặng

R

race track [racecourse]
đường đua
racket (tennis, squash) vợt
rain, to mưa
raincoat aơo mưa
rape cây cải dâu
rare (steak)
tái tái (unusual) hiếm
rash chứng ban đỏ
razor dao cạo
~**blades** lưỡi dao cạo
ready sẵn sàng
real thật
receipt hố đơn
reception (desk) bàn tiếp tân
recommend, to gợi ý cho
red đỏ
~ **wine** rượu vang đỏ
reduction (in price)
giảm (giá)

refreshments thức ăn nhẹ
refrigerator tủ lạnh
refund trả lại
refuse bags những túi bị trả lại
region khu vực
registered mail thư đăng ký
registration form
phiếu đăng ký
rent, to cho vay
repair, to sửa
repeat, to nhắc lại
replacement sự thay thế
~ **part** bộ phận thay thế
report, to báo cáo
reservation sự đặt trước
reserve, to đặt trước
rest, to nghỉ ngôi
restaurant nhà hàng
retired, to be về hưu
return quay trở lại
~ **ticket** vé khứ hồi
return, to (v.) quay vềà
reverse the charges, to đạp
ngươòc nhưỡng lời buôic tôìi
rice gạo

right (correct) đúng
 ~ **of way (on road)**
 phía đường bên phải
ring nhẫn nắn
rip-off (n.) sự lừa gạt
river sông
 ~ **cruise** đi thuyền trên sông
road đường
 ~ **map** bản đồ đường bộ
 ~ **closed** khố đường
robbed, to be bị cướp
rock music nhạc rock
romantic lãng mạn
room phòng
 ~ **service** dịch vụ phòng
rope dây thừng
round (adj.) tròn
round trip chuyến đi
 vòng quanh
 ~ **ticket** vé khứ hồi
route đường đi
rubbish rác
rucksack cái ba lô
ruins vết phá hỏng
rush hour giờ cao điểm

Russia Nước Nga

S

safe (lock-up) khố
safe (not dangerous) an tồn
safety sự an tồn
 ~ **pins** kim băng
salad sa-lát
sales bán hàng
 ~ **tax** thuế
salt muối
salty mặn
same giống
sand cát
sandals giầy xăng-đan
sandwich bánh mỳ sandwich
sandy có cát
sanitary napkins [towels]
 băng vệ sinh
Saturday thứ bầy
sauce nước chấm
 ~ **pan** nồi nấu
sausages xúc-xích
scarf khăn
school trường học

scissors kéo

scooter xe máy

Scotland nước Scôtlen néw-urk

Scottish người Scôtlen

sea biển

seasick: I feel ~ say
sóng: tôi cảm giác say sóng

season ticket vé mùa

seat chỗ ngồi

see, to xem xét

self-service tự phục vụ

send, to gửi đi

senior citizen
công dân cao tuổi

separated, to be bị tách biệt

separately một cách riêng biệt

service dịch vụ

set menu thực đơn cố định

sex (act) quan hệ tình dục

shade (color) màu nhạt

shallow nông

shampoo dầu gội đầu

share, to chia sẻ

shaving: ~ brush cạo râu: bàn
chải cạo râu

~ cream kem cạo râu

she cô ấy

sheet (bedding) ga trải giường

shirt áo sômi

shock (electric) điện giật

shoe repair sửa giấy shủr-a jày

shoes giấy

shop cửa hàng

~ assistant nhân viên bán
hàng

short ngắn

~-sighted cận thị

shorts quần sóc

shoulder vai

shower tắm vòi hoa sen

shut đóng

sick: I'm going to be sick ốm:
tôi sắp bị ốm rồi

sightseeing: ~ tour
cảnh quan; du lịch ngắm cảnh

sign (road sign)
biển chỉ dẫn (đường)

~ post biển chỉ dẫn

silk lụa

silver bạc

Singapore Nước Singapore

single đơn

  ~ room phòng đơn

  ~ ticket vé một chiều

sink bồn rửa

sister chị gái

sit, to ngồi gòi

size cỡ kur

skin da za

skirt váy ngắn

sleep, to ngủ

sleeping: ~ bag túi ngủ

  ~ car xe

  ~ pill thuốc ngủ

sleeve tay áo

slippers dép đi trong nhà

slow chậm cham

slow down! Hãy châm lại!

slowly một cách chậm rãi

smoke, to hút thuốc

snack bar quán ăn vặt

sneakers giày đế mềm

snorkel ống thông hôi

snow, to tuyết rôi

soap xà phòng

~ powder xà phòng bột

soccer bóng đá

socket lỗ

socks tất

soft drink đồ uống nhẹ

some một vài

son con trai

soon nhanh

as ~ as possible càng nhanh
  càng tốt

sore: it's ~ đau

  ~ throat viêm họng

sorry! xin lỗi!

sour chua

south phía nam

South Africa Nam Phi

South African người Nam Phi

souvenir quà tặng lưu niệm

  ~ store quầy bán quà
  lưu niệm

spare (extra) dành

spectacles cảnh ấn tượng

spend, to tiêu

spicy cay

spoon thìa

sprained, to be bị bong gân

stain vết phai màu

stairs cầu thang

stamp tem

standby ticket vé đứng

start, to bắt đầu

statement (legal) tuyên bố

station ga

statue tượng

sting châm

stockings vớ dài

stolen, to be bị mất cắp

stomach dạ dày

~**ache** đau bụng

stop (bus/tram) bến dừng

stop (at), to dừng zòorg

store (n.) quầy hàng

stormy, to be trời bão

straight ahead
   thaúng phía trước

strained muscle cơ bắp
   mệt mỏi

straw (drinking) ống hút

strawberry dâu tây

strong khỏe

student sinh viên

study, to học

subtitled, to be được phụ đề

subway tàu điện ngầm
   ~ **station** ga tàu điện ngầm

sugar đường

sun block ngăn nắng

sunbathe, to tắm nắng

sunburn cháy nắng

Sunday ngày chủ nhật

sunglasses kính râm

sunscreen màn hình lấy năng
   lượng mặt trời

sunstroke say nắng

supermarket siêu thị

suppositories giả thuyết

surfboard bảng trượt song

surname tên họ

sweater aơo chui đầu

sweatshirt aơo sômi chui đầu

sweet ngọt

sweets (candy) kẹo

swelling sưng tấy

swim, to bôi

swimming: ~ pool bể bôi

~ **trunks** quần bôi

swimsuit bộ áo bôi

swollen, to be bị sưng tấy

symptoms triệu chứng

synthetic tổng hợp

T

T-shirt áo sômi

table bàn

tablet viên

Taiwan đài loan

take, to layà

~ **photographs, to** chụp ảnh

talk, to nói chuyện

tall cao

tampons
  miếng gòn vệ sinh phụ nữ

tan rám nắng

tap vòi

taxi xe taxi

~ **stand [rank]** bãi đậu taxi

tea trà

teacher giáo viên

team đội

teaspoon thìa trà

teddy bear gấu bông Teddy

telephone điện thoại

~ **directory** sổ danh bạ điện
  thoại

~ **number** số điện thoại

temperature nhiệt độ

tent lều

tetanus bệnh uốn ván

Thailand
  Nước Thái lan

thank you cảm ôn

theft vụ mất trộm

their(s) của họ

then khi đó

there ở đó

~ **is** có

~ **are** có

thermometer máy đo
  nhiệt độ

these những cái này

they ho

thief tên ăn trộm

thigh đùi

thin cằm

third thứ ba

~ party insurance bên thứ ba bảo hiểm

thirsty: I am thirsty khát: tôi khát

this này

  ~ one cái này

those những cái kia

throat cổ họng

through qua

ticket vé

  ~ office quầy bán vé

tights [BE] tất quần

till receipt đến hóa đơn

timetable thời gian biểu

tire (car) lốp xe

tired: I'm tired mệt: tôi mệt

tissues giấy lau

to (place) đến

tobacco thuốc lá

tobacconist buôn bán thuốc lá

today hôm nay

toe ngón chân

toilet nhà vệ sinh

  ~ paper giấy vệ sinh

tomorrow ngày mai

tongue lưỡi

tonight đêm nay

tonsilitis viêm amidan

too cuõng

  ~ much quá nhiều

tooth răng

  ~brush bàn chải đánh răng

  ~ache đau răng

  ~paste thuốc đánh răng

torch cái đuốc

tough (food) dai

tour chuyến đi

  ~ guide hướng dẫn viên du lịch

tourist khách du lịch

tow truck xe kéo

towards hướng tới

towel khăn tắm

town thành phố

toy đồ chôi dò chur-i

  ~ store quầy bán đồ chôi kwày bán dò chur-i

traditional thuộc truyền thống toork troo-ìn tóg

traffic giao thông

~ **jam** tắc đường

~ **violation [offence]** vi phạm giao thông

trail lối mòn

train tàu hoả

~ **station** sân ga

transfer chuyển

translate, to dịch

translator người dịch thuật

trash rác rák

~ **cans** thùng rác tòog rák

travel: ~ agency hãng du lịch

~ **sickness** ốm du lịch

traveler's check séc du lịch

trim gọn gàng

trousers quần kwàn

truck xe tải

try on, to thử

tunnel đường hầm

turn, to chuyển

~ **off** tắt đi

~ **up** bật to lên

TV ti-vi

tweezers nhíp

twin bed giường đôi

tyre lốp xe

U

ugly xấu

ulcer chỗ loét

umbrella cái ô

uncle bác

unconscious, to be vô thức

under dưới

~ **done** làm quá

~ **pants** quần lót

understand, to hiểu

United States Nước My

unleaded gas [petrol] xăng không chì

unlock, to yháo khố

unpleasant khó chịu

until cho đến khi

upset stomach buìng đảo

upstairs ở trên

urine nước tiểu

use, to sử dụng

V

V-neck cổ chữ V

vacant trống

vacation, on đi nghỉ

vaccinated against, to be
được tiêm phòng chống

vaginal infection
viêm âm đạo

valid có giá trị

validate, to phê chuẩn

valuable có giá trị

VAT thuế giá trị gia tăng (VAT)
~ receipt hóa dôn thuế

vegan, to be đang ăn chay

vegetables rau

vegetarian người ăn chay
to be ~ đang ăn chay

vehicle registration document
giấy tờ đăng ký xe

vein mạch máu

venereal disease
bệnh hoa liễu

very rất

video: ~ game
video: trị chôi điện tử

Vietnam Nước Việt nam

viewpoint điểm quan sát

village làng

visa hộ tịch

visit, to đi thăm

visiting hours giờ thăm

vitamin tablets
viên thuốc bổ

volleyball bóng chuyền

vomit, to nôn mửa

W

wait(for), to đợi

wait! Xin hãy đợi!

waiter bồi bàn

waiting room phòng đợi

waitress bồi

wake-up call điện thoại

Wales xứ Wales

walk (n.) đi bộ di bo

walking route đường đi bộ

wallet ví tiền

war memorial
tưởng niệm chiến tranh

warm ấm

washing:

~ **machine** máy rửa bát

~ **powder** xà phòng rửa dạng bột

washing-up liquid nước rửa bát

wasp ong bị vẽo

watch (n.)

đồng hồ đeo tay (v.) xem

water nước

~ **skis** ván trượt nước

waterfall thác nước

waterproof không thấm nước

~ **jacket** aơo không thấm nước

waxing sự đánh bóng bằng sáp

we chúng tôi

wear, to mặc

weather thời tiết

~ **forecast** dự báo thời tiết

wedding đám cưới

~ **ring** nhẫn cưới

week tuần

weekend: on [at] the

~ ngày nghỉ cuối tuần

well-done (meat) nấu kỹ

Welsh người xứ Wales

west phía tây

wetsuit bộ đồ lặn

what? mấy

wheelchair xe đẩy

when? khi nào?

where? ở đâu?

which? cái nào?

white màu trắng

wine rượu

who? ai?

why? tại sao?

wide rộng

wife vợ

wildlife đời sống hoang dã

window (store) tủ trưng bày mẫu

~ **seat** ghế cạnh cửa sổ

windscreen kính chắn gió

windy, to be có gió

wine rượu

~ **list** danh sách rượu

with với

without không bao gồm

witness người làm chứng

worse tồi tệ hôn
write down, to viết xuống
wrong (incorrect) sai

X

X-ray tia X-quang

Y

yacht thuyền
year năm
yellow màu vàng
yes vâng, đúng
yesterday ngày hôm qua
yogurt sữa chua
you bạn
young trẻ
your(s) của bạn
youth hostel cư xá thanh niên

Z

zebra crossing vổo dành cho
  người di bôi
zero **số** không
zip(per) khố

A

ahồ bôi dàn cho treœ em
  kiddie pool
ai? who?
ấm warm
ấm đun nước kettle
âm nhạc music
an tồn
  safe (not dangerous)
áo chồng blouse
áo khốc chồng coat
aơ mưa raincoat
áo ngực bra
áo nịt pantyhose
áo sômi T-shirt; shirt
áo tắm hai mảnh
  bikini
áo vét jacket
aơ chui đầu sweater
aơ sômi chui đầu
  sweatshirt
ATM ATM

B

bạc silver
bác uncle
bác sỹ doctor
bác sỹ mắt optician
bãi biển beach
bãi cắm trại campsite
bãi đậu taxi
  taxi stand [rank]
bãi đỗ xe ôtô carpark
bâit queìt lighter
  (cigarette)
balô đeo vai backpacking
bạn you
bạn gái girlfriend
bạn trai boyfriend
bẩn dirty
bàn table
bàn chải đánh răng
  toothbrush
bản đồ đường bộ road map
bàn ghi tên check-in desk
bận rộn busy (occupied)

bản sao copy (n.)

bản tính
kind (pleasant)

băng gạc bandage

bảng trượt song surfboard

băng vệ sinh sanitary napkins
[towels]

bánh cake

bánh mì bread

bánh quy biscuits

bao cao su condoms

báo động cháy
fire: ~ alarm

bao thuốc lá
packet of cigarettes

bầu sữa cho trẻ em bú
feeding bottle

bể bôi swimming pool

bệnh ung thư cancer

bến dừng stop (bus/tram)

bến tàu harbor

bên thứ ba bảo hiểm
third party insurance

bệnh hoa liễu
venereal disease

bệnh uốn ván tetanus

bệnh viện hospital

bị dị ứng allergic, to be

bị động kinh to be epileptic

bị hen suyễn asthma, to have

bị hỏng to be damaged

bị mất cắp to be stolen

bị sưng tấy to be swollen

bị tàn tật disabled (n.)

bia beer

biển sea

biên nhận hành lý check

bình chữa cháy
fire extinguisher

bình lạnh coolbox

bơ butter

bộ áo bôi swimsuit

bộ đồ lặn wetsuit

bộ mặt face

bố mẹ parents

bôi to swim

bồi waitress

bồi bàn waiter

bồn tắm bath

bông cotton

bóng chuyền volleyball
bóng đá soccer
bóng rổ basketball
bữa ăn meal
bữa sáng breakfast
bữa trưa lunch
buìng đảo upset stomach
buổi hổ nhạc concert
buôn bán thuốc lá
   tobacconist
bút pen
bút chì pencil
bưu điện post office

C

cà phê coffee
cách bao xa how long
cái đuốc torch
cái gạt tàn ashtray
cái giường bed
cái lược comb
cái mở hộp can opener
cái mở nắp chai
   bottle opener
cái nào? which?

cái nóa fork
cái ô umbrella
cái quạt fan
cái vặn nút chai
   corkscrew
cam orange
cảm ôn thank you
cắn bite (insect)
căn hộ apartment
cẩn thận careful; cẩn thận
   đấy! be careful!
cận thị short-sighted
càng nhanh càng tốt as
   ~ as possible
cảnh ấn tượng
   spectacles
cảnh sát police
cánh tay arm
cát sand
cắt cut
cay spicy
cây cải dâu rape
cha father
cha đạo priest
chaï bottle

chai rượu bottle of wine

châm sting

chậm slow

chăn blanket

chất khử mùi
  deodorant

cháy fire

cháy nắng sunburn

chị gái sister

chìa khóa xe key

cho đến khi until

cho thuê ôtô
  car rental [hire]

chỗ loét ulcer

chỗ ngồi seat

chua sour

chúc mừng! cheers!

chúc ngủ ngon
  good night

chứng táo bón
  constipation

chúng tôi we

chụp ảnh
  to take photographs

chuyến đi tour, cruise

chuyến đi ban ngày
  daytrip

cỡ size

cốc cup

cơ bắp mệt mỏi
  strained muscle

có giá trị valuable

có gió windy, to be

cổ họng throat

có mây to be cloudy

có thai to be pregnant

con chim bird

con dao knife

con gái daughter, girl

con sứa jellyfish

con trai son, boy

côn ho (n) cough

công dân cao tuổi
  senior citizen

của bạn your(s)

cửa hàng shop

cửa hàng bán quần áo
  clothing store [clothes shop]

cuõng also

cửa gate (airport)

cúm cold (flu)
cười to laugh
cư xá thanh niên youth hostel

D

dai tough (food)
đài loan Taiwan
đại sứ quán embassy
đảm bảo to confirm
đám cưới wedding
đàn ông man; male
đang ăn chay to be ~
danh sách rượu winelist
đang ăn chay to be vegan
dao cạo razor
đắt expensive
đau sore: it's ~
dầu oil
đau bụng stomachache
dầu dưỡng tóc conditioner (hair)
dầu gội đầu shampoo
dầu hỏa gasoline
đau lưng backache
đau răng toothache

dâu tây strawberry
đấu tranh fight
dễ easy
để tránh thụ thai contraceptive
đêm nay tonight
đen black
đến to arrive
đến to (place)
đến hóa đơn till receipt
dép tôngù flip-flops
dì aunt
đi bằng ôtô by ~
dịch to translate
dịch vụ service
dịch vụ khách hàng customer service
diêm matches
diễn đạt express
đi nghỉ on vacation
đi thăm to visit
địa chỉ (n) address
điểm quan sát viewpoint
điện giật shock (electric)

điện thoại wake-up call; telephone

đính hôn to be engaged

độ degrees (temperature)

đồ chôi toy

đồ cổ antique

đồ trang điểm cosmetics

đóa CD CD

đôœi tiền mäit to cash

đợi to wait (for)

đổi to exchange

dôla dollar

đồng hồ đeo tay watch (n.)

đồ uống drink (n.)

đồ uống cồn alcoholic (drink)

đồ uống nhẹ soft drink

đợi to wait (for)

đôn single

đồng copper

đóng shut

dông đúc crowded

đồng hồ báo thức alarm clock

động vật animal

dự báo thời tiết weather forecast

đứa trẻ child

đùi thigh

duõa chopsticks

đường đi bộ walking route

đường hầm tunnel

đường nhân tạo artificial sweetener

đường ray platform

được nấu sôi boiled

được tiêm phòng chống to be vaccinated against

đường sugar

đúng yes

dụng cụ lặn diving equipment

được phụ để to be subtitled

G

ga station

ga tàu điện ngầm subway station

gần close (near)

gạo rice

gấu bông Teddy teddy bear
ghế cạnh cửa sổ
  window seat
ghế trẻ em child seat (in car)
ghi tên to check in
gia đình family
già old (opp. young)
giả thuyết suppositories
giảm giá discount
giáng sinh Christmas
giày đế mềm sneakers
giấy lau tissues
giấy vệ sinh toilet paper
giờ sang I am
giờ thăm visiting hours
giáo viên teacher
giầy shoes
giầy xăng-đan sandals
giờ mở cửa opening hours
giống same
giường cũi cho trẻ em
  crib (child's)
giường đôi twin bed
góc corner
gửi đi to send

H

hải quan customs
hang động cave
hạng phổ thông economy class
hãng du lịch travel agency
hành lý baggage
hàng ngày daily, every day
hàng tuần every week
hấp dẫn attractive
hay or
Hãy châm lại! slow down!
hẹn gặp appointment
  (to make an . . .)
hiểu to understand
hiệu bánh bakery
hiệu giặt tự động
  laundromat
hiểu biết: tôi không biết
  know: I don't know
hình nộm dummy
  (pacifier)
ho they
ho (v.) to cough
hố đơn receipt
hộ tịch visa

hóa dôn thuế VAT receipt
học to study
hôm nay today
hôn to kiss
hôn phu fiancé(e)
hỏng lốp xe puncture
hộp can
hướng tới towards
hút thuốc to smoke
huyû bỏ to cancel

I

ỉa chảy diarrhea
`isulin insulin
internet Internet
Ireland Ireland

K

kem ăn ice cream
kem cạo râu shaving cream
kẹo sweets (candy)
kẹo cao su chewing gum
kéo scissors
khách du lịch tourist
khai báo to declare

khăn scarf
khẩn cấp emergency
khăn tắm towel
khăn trẻ em babywipes
khát thirsty: I am thirsty
   tôi khát
khi nào? when?
kính đeo mắt glasses (optical)
khó difficult
khố zip(per)
khó chịu unpleasant
khoảng
   about (approximately)
khỏe strong
không bao gồm without
không hútt thuốc
   non-smoking
không kể except
khuyên tai earrings
kilôgram kilogram
kilômet kilometer
kinh doanh business
kính râm sunglasses
kính sát tròng contact lens

L

lá nhôm alumin(i)um foil
lấy lại hành lý baggage reclaim
lặn to dive
làm quá under done
làm việc cho work: ~ for
làng village
lạnh cold (adj.)
lây lan to be contagious
lệ phí vào cửa entrance fee
lễ phục sinh Easter
len bông cotton wool
lều tent
lỗ socket
lối mòn trail
lối ra exit
lối thốt khẩn cấp emergency (fire) exit
lối vào hộ tịch entry visa
lốp xe tyre
lụa silk
lưỡi tongue
lưỡi dao cạo razor blades
luôn luôn always

M

mạch máu vein
Malaysia Malaysia
mặn salty
màn hình lấy năng lượng mặt trời sunscreen
mắt eye
mất bằng off licence
màu color
màu hồng pink
màu vàng yellow
mấy what?
máy bay plane
máy ản chuìp xong có thể bỏ đi disposable camera
máy đo nhiệt độ thermometer
máy quay phim camera
máy rửa bát washing machine
máy tiền cash machine
mẹ mother
mệt tired: I'm tired **tôi mệt**
mệt mỏi jet lag
Mĩ American
miếng gòn vệ sinh phụ nữ tampons

mở open

một cách nhanh chóng
   quickly

một cách riêng biệt
   separately

một ít a little

một mình alone

một vài a few; some

mua to buy

muối salt

N

Nam Phi South Africa

năm year

nạng chống crutches

nâu brown

nấu kỹ well-done (meat)

này this: this one **cái này**

ngân hàng bank

ngày chủ nhật Sunday

ngày hết hạn
   expiration [expiry] date

nghĩa trang cemetery

ngực chest (body)

nguy hiểm dangerous

ngày hôm qua yesterday

ngày mai tomorrow

ngày nghỉ cuối tuần on [at] the
   weekend

ngày sinh birthday

ngon delicious

ngọt sweet

nhà hàng thủy hải sản
   fish restaurant

nhà vệ sinh toilet

nhừ quá overdone (food)

ngắn short

ngăn nắng sun block

ngộ độc thức ăn food poisoning

ngược opposite

người Ai-len Irish

người ăn chay vegetarian

người Anh British, English

Người Canada Canadian

người chồng husband

người dịch thuật translator

người hàng thịt butcher

người làm chứng witness

người Nam Phi South African

người Scốtlen Scottish

người trong trẻ
  babysitter, childminder
người Úc Australian
nhà bảo tàng museum
nhà thờ church
nhà thờ hồi giáo mosque
nha sỹ dentist
nhà tù prison
nhạc kịch opera opera
nhẫn cưới wedding ring
nhân viên thẩm mỹ viện
  moisturizer
nhanh soon
nhiệt độ temperature
nhiều a lot
nhíp tweezers
những cái kia those
những cái này these
nhân tố factor (sun cream)
nói chuyện to talk
nôi giữ trẻ creche
nôi trẻ em cot (child's)
nôn mửa to vomit
nông shallow
núm vú giả pacifier [BE dummy]

nước water
nước Anh Britain, England
nước đá ice
Nước My United States
nước rửa bát washing-up liquid
Nước Scôtlen Scotland
Nước Singapore Singapore
Nước Thái lan Thailand
Nước Trung Quốc China
nước uống drinking water
Nước Việt nam Vietnam

O

ở đâu? where?
ở đó there
ơ tại at (place)
oai nghiêm awful
ốm: tôi sắp bị ốm rồi
  sick, ill: I'm going to be sick
ốm du lịch travel sickness
ống hút straw (drinking)
ống nối adapter
ống thông hôi snorkel

phà car ferry
phía đông east
phía nam south
phía tây west
phim dính cling film
pho mát cheese
phong bì envelope
phòng đợi
waiting room
phòng đôi tiền
currency exchange
office
phòng đôi double room
phòng đơn single room
phòng khởi hành departure
lounge
phòng rửa mặt lavatory
phòng trưng bày nghệ thuật
art gallery
phục vụ cho chế độ ăn kiêng
kosher
picnic picnic
pin battery

qua through
quả bóng ball
quá hành lý excess baggage
quá nhiều too much
quà tặng lưu niệm souvenir
quán pub
quan hệ tình dục sex (act)
quần trousers
quán ăn vặt snack bar
quán cà phê café
quấn bang (v) to bandage
quần bị jeans
quần bó briefs
quần bôi
swimming trunks
quần lót underpants
quần lót cheõn gối
knickers
quán rượu bar
quần sóc shorts
quầy bán đồ chôi toy store
quầy bán đồ điện tử
electrical outlets
[BE sockets]

quầy bán thuốc lá
    cigarette kiosk
quầy bán vé ticket office

R

rác trash, rubbish [BE]
rám nắng tan
rất very
rau vegetables
rẻ cheap
rẻ hơn cheaper
rượu wine
rượu vang đỏ red wine

S

sách book
sạch clean
sai wrong (incorrect)
sa-lát salad
sân bay airport
sáng a.m.
sau khi cạo
    after-shave
saün sàng ready
say nắng sunstroke

say sóng: tôi cảm giác say sóng
    seasick: I feel ~
séc du lịch traveler's check
siêu thị supermarket
sinh viên student
sôcôla chocolate
số không zero
sòng bạc casino
sự đánh bóng bằng sáp
    waxing
sự dự báo trước
    forecast (n)
sử dụng to use
sự hàn răng filling (dental)
sự nhận dạng identification
sự quên lãng to be missing
sự xoa bóp massage
sữa milk
sữa chua yogurt
sữa dưỡng sau khi ra nắng
    after-sun lotion
sửa giày shoe repair
sưng tấy swelling

T

tai ear
tái rare (steak)
tai nạn accident
tại sao? why?
tạm biệt! bye!
tắm vòi hoa sen shower
tất socks
tất cả all
tất quần tights [BE]
tàu boat
tàu điện ngầm subway
tàu hoả train
tem stamp
tên name
tên họ surname
thác nước waterfall
tham khảo consulate
thang thốt hiểm fire escape
thành phố town
thaúng phía trước straight ahead
thay đổi alter, to
thẻ tín dụng credit card
thìa spoon

thìa trà teaspoon
thiên chúa giáo Catholic
thiết bị thay thế changing facilities
tiêu pepper
thịt băm viên burger
thợ cắt tóc barber
thời gian biểu timetable
thử to try on
thứ bảy Saturday
thư điện tử e-mail
thức ăn trẻ em baby food
thư hàng không airmail
thực đơn menu
thực đơn cố định set menu
thực đơn trẻ em children's meals
thuốc pill
thuộc đồ gốm ceramics
thuốc gây mê anaesthetic
thuốc đánh răng toothpaste
thuốc kháng sinh antibiotics
thuốc khử trùng antiseptic cream

thuốc ngủ sleeping pill
thuốc lá tobacco
thuốc làm giộp da blister
thuốc paracetamol
  paracetamol
thuộc truyền thống
  traditional
thuyền yacht
ti-vi TV
tia X-quang X-ray
tiền lẻ change (coins)
tiền phạt
  fine (penalty) (n)
tiền xu coin
tiếng Trung Quốc
  Cantonese
toa tầu
  car (train compartment)
tờ khai hải quan customs
  declaration
tối dark
tồi tệ hôn worse
tốt okay
trà tea
trả lại refund

trả phòng
  to check out (hotel)
trạm cảnh sát police station
trạm xá clinic
trạm xăng gas station
trạm xe buýt bus stop
trẻ young
trẻ em baby, children
triệu chứng symptoms
trời bão to be stormy
trống vacant
trứng eggs
tự động automatic (car)
tự phục vụ self-service
tu viện monastery
tuần week
tuần trăng mật
  honeymoon
túi bag
túi ngủ sleeping bag
túi rác garbage bags
tượng statue
tưởng niệm chiến tranh
  war memorial
tuyến xe buýt bus route

tyû giá hối đối
exchange rate

U

Úc Australia

V

và and

vã lòt trẻ em diapers

và thổi khô
cut and blowdry

vào lúc at (time)

vai shoulder

vào sổ to log on

ván trượt nước waterskis

vắng empty

vâng, đúng yes

vật mô phỏng imitation

váy dress

váy ngắn skirt

vé ticket

vé đứng standby ticket

vé khứ hồi return ticket

vé một chiều single ticket; one-
way ticket

vé ngày day ticket

vết phá hỏng ruins

vi phạm giao thông
traffic violation [offence]

ví tiền wallet

viên tablet

viêm âm đạo
vaginal infection

viêm amidan tonsilitis

viêm ruột thừa appendicitis

viên thuốc bổ
vitamin tablets

viết xuống write down, to

vơ wife

vơ to break

vớ dài stockings

vô thức
to be unconscious

với with

vội vàng hurry

vồ dành cho người di bôi
zebra crossing

vỡ ra broken down

vuõ điệu dance (n.)

X

xà phòng soap
xà phòng rửa dạng bột
  washing powder
xăng không chì
  unleaded gas [petrol]
xanh dương blue
xấu ugly
xe buýt bus
xe cứu thương ambulance
xe đạp bicycle
xe đẩy wheelchair
xe kéo tow truck
xe máy scooter
xe ôtô car (automobile)
xe taxi taxi
xi-gà cigars
xin chào hello
Xin hãy đợi! wait!
xin lỗi: sin loi-i
  apologize: I apologize; sorry
xứ Wales Wales
xúc-xích sausages
xuồng cứu hộ lifeboat

Y

y tá nurse
yên lặng quiet
yêu: tôi yêu em love: I love you